இசை நகரம்

இசை நகரம்

பாரதிபாலன்

நற்றிணை பதிப்பகம்

இசை நகரம் * கட்டுரை * பாரதிபாலன் * © பாரதிபாலன் * முதல் பதிப்பு: நவம்பர் 2019 * வெளியீடு: நற்றிணை பதிப்பகம் (பி) லிமிடெட் * பிளாட் எண்: 45, சாய் கவின்ஸ் குமரன் அபார்ட்மெண்ட்ஸ், ஸ்ரீ தேவி கருமாரியம்மன் நகர், கிருஷ்ணா நகர் பிரதான சாலை, நூம்பல், ஐயப்பன் தாங்கல், சென்னை – 600 077.

* தொலைபேசி : 044-7906 7606
* மின்னஞ்சல் : natrinaipathippagam@gmail.com
* இணையம் மூலம் புத்தகம் வாங்க : www. natrinai.in

விற்பனை அலுவலகம்:
எண். 82, மல்லன் பொன்னப்பன் தெரு,
திருவல்லிக்கேணி, சென்னை – 600 005.

* அச்சாக்கம் : சாய் தென்றல் பிரிண்டர்ஸ்,
  சென்னை-600005
* Mobile : +91 95005 98012, 94429 56725

பாரதிபாலன்

பாரதிபாலன் 1965 ஏப்ரல் 3ஆம் தேதி தேனி மாவட்டம், சீலையம்பட்டியில் பிறந்தார். கல்லூரி நாட்களிலே எழுதத் தொடங்கியவர். "கணையாழி", "செம்மலர்", "தாமரை", "கல்கி" "தாய்" "ஆனந்தவிகடன்", "இந்தியாடுடே" "சுபமங்களா" போன்ற இதழ்கள் இவருடைய கதைகளைத் தொடர்ச்சியாக வெளி யிட்டன. தற்போதும் எழுதிக் கொண்டிருக்கிறார்.

இவருடைய முதல் சிறுகதைத் தொகுதி "ஒத்தையடிப் பாதையிலே" (1993, 1997) இதைத் தொடர்ந்து "உயிர்ச்சுழி" (2001, 2019) "வண்ணத்துப்பூச்சியைக் கொன்றவர்கள்" (2003) "அலறி ஓய்ந்த மௌனம்" (2007) "றெக்கை கட்டி நீந்துபவர் கள் (2012) "பாரதிபாலன் கதைகள்" (முழுத் தொகுப்பு 2008) வெளிவந்துள்ளன.

"கல்கி" வார இதழில் தொடராக வெளிவந்த நாவல் "செவ்வந்தி" (1998, 2008) "காற்று வரும் பருவம்" நாவல் (2009) தினமணிக் கதிரில் தொடராக வெளிவந்த "உடைந்த நிழல்" நாவல் (2005) நூலாக வெளிவந்துள்ளன.

இவருடைய சிறுகதைகள் "இலக்கியச் சிந்தனை" மாதப் பரிசினை நான்கு முறை பெற்றுள்ளன. "திருப்பூர் தமிழ்ச்சங்க விருது" (1999), "ஜோதி விநாயகம் நினைவு விருது" (1999) "பாரத ஸ்டேட் வங்கி விருது" (2005), தமிழ்நாடு அரசின் "சிறந்த நூலுக்கான பரிசு" (2012) தமிழ்நாடு அரசின் "மகாகவி பாரதியார் விருது" – 2018 உள்ளிட்ட பல்வேறு சிறப்புகளை பாரதிபாலன் பெற்றுள்ளார்.

இவருடைய படைப்புகள் தமிழ்நாடு, கேரளா மாநிலங்களில் கல்லூரி, பல்கலைக் கழகங்களில் இளநிலை, முது நிலைப் பட்டப் படிப்பு மாணவர்களுக்கு பாடநூலாக உள்ளன. இவருடைய படைப்புகளை ஆய்வு செய்து இருபதுக்கும் மேற் பட்டோர் எம்ஃபில். பட்டமும், நால்வர் பி.எச்.டி. பட்டமும் பெற்றுள்ளனர்.

தற்போது பேராசிரியராகப் பணியாற்றிக் கொண்டிருக்கும் பாரதிபாலன் இந்திய அரசின் "சாகித்ய அகாடமியின்" பொதுக் குழு உறுப்பினராகவும் உள்ளார்.

பேராசிரியர் இராமகுருநாதன்
அவர்களுக்கு

ஒளியில் ஓடும் பாதை

"எழுதுவதனால் மட்டுமே பெரிய வெளிச்சம் வந்து விடாது என்பதைப் போலவே, எழுத்து இல்லாமலும் எந்த வெளிச்சமும் இல்லை" என்பதும் உண்மை! எதை எழுதுகிறோம்? அதை எப்படி எழுதுகிறோம்? எதற்காக எழுதுகிறோம்? என்பதும் முக்கியம்!

நாவல், சிறுகதைகள் என்று படைப்பிலக்கியத்தில் ஆழ்ந்திருந்த எனக்கு இதுபோன்ற கட்டுரைகள் எழுதுவது என்பது வேறு ஒரு அனுபவம்! எழுத்து என்பதே ஒரு அனுபவம்தான், அதாவது சிந்தனை என்பது ஒரு அனுபவம்தான். படைப்பிலக்கியத்திற்குள், எழுதுகிறவன் கரைந்துவேறு ஒன்றாக வெளிப்படுகிறான். அதுபோல கட்டுரைகள் எழுதுகின்றபோது நேர்வதில்லை என்றாலும் அதன் உள்ளடக்கம், அது உருக்கொண்டு வெளிப்படும் தன்மை, அதன் வாயிலாக நிகழும் உரையாடல் முக்கியமாகி விடுகிறது. இங்கே தேர்வும், பார்வையும் அதைப் பகிரும் முறையும் முக்கியமாகிறது. ஆனால் இரண்டிற்கும் சொல்லும் மொழியும் அந்த மொழியின் ஈரமும் முக்கியம்!

"இசை நகரம்" என்ற இந்தத் தொகுப்பில் உள்ள கட்டுரைகள் கடந்த இரண்டு, மூன்று ஆண்டுகளில் அப்போதைய சமூகச் சூழலுக்கும், தேவைக்கும் ஏற்ப எழுதப்பட்டவைகள்தான் என்றாலும், அதன் வேர்களையும் அவை விளைந்து நிற்கும் தன்மையையும் மிக நுட்பமாக ஆராய்கிறது. பெரும்பாலானவை "தினமணி" நாளிதழில் நடுப் பக்கத்தில் வெளியானவை. பெரும் வாசகப் பரப்பைச்

சென்றடைந்தவைகள். உடனடியாக இதற்குக் கிடைத்த பின்னூட்டங்களும், வரவேற்பும், பாராட்டும் மிக முக்கியம். பின்னூட்டங்கள் வழியாகப் பெறப்பட்ட கருத்துப் பரிமாற்றங்கள் ஒரே அலை வரிசையில் அமைந்து, ஒரே விதமான மனநிலையை இச்சமூகம் கொண்டிருப்பதுபோல எனக்குத் தோன்றியது! அல்லது அப்படித் தோற்றம் காட்டியது. இதில் ஏதோ ஒன்று, அல்லது இரண்டுமே மாயத் தோற்றங்கள்தாம்.

தான் நினைப்பதை, சிந்திப்பதை, ஒருவர் எழுத்தாக வடித்திருப்பதைக் காணும்போது ஏற்படுகின்ற பரவசம், ஒரு மலர்ச்சி, முகத்தில் தென்படும் பிரகாசம் உடனே அதை எழுதியவரைத் தொடர்பு கொள்ள வேண்டும் என்ற வேட்கை, இதுதான் இக்கட்டுரைகள் ஏற்படுத்திய உடனடி விளைவு. எத்தனையோ நண்பர்கள் அறிமுகம் இல்லாத அன்பர்கள் அதிகாலை தூக்கம்கலையாத பொழுதில் என்னை எழுப்பிப் பேசியிருக்கிறார்கள். அதிகாலையில் நாளிதழினைப் பார்த்ததும், குறுஞ்செய்திகள் அனுப்பியவர்களும் உண்டு. இணையத்தின் வழியாகப் பகிர்ந்து மகிழ்ந்தவர்களும் உண்டு, இதை எல்லாம்விட இக்கட்டுரைகள் ஏற்படுத்திய சிறு சலனமும் விவாதங்களும் முக்கியமாகப்படுகிறது!

இந்தக் கட்டுரைகளை பலர் குறிப்பாக கல்விப் புலங்களுக்கு வெளியே உள்ளவர்களும், மிகுந்த நம்பிக்கையோடு அணுகி முன்வைத்த கருத்துகளை, மாற்றத்தை நோக்கிய எதிர்பார்ப்பாகவே நான் காண்கிறேன். “வெறும் வார்த்தையாக இல்லாமல், சரியான தரவுகள் மூலம் அலசி ஆராய்ந்து, உண்மைக்கு அருகிலே கொண்டு சென்றுவிட்டீர்கள்” என்பதுதான் பலரும் சொன்னது, இது எனக்கான பாராட்டு அல்ல, “இப்படி இருக்கே, என்ன செய்யுறது..” என்ற அவர்களின் பதட்டமும் அது குறித்த கவலையும்தான்!

இதற்கு இக்கட்டுரைகளின் பேசு பொருளும் ஒரு காரணம், “இது நமக்கானது அல்ல” என்று எவரும் கடந்துவிட முடியாதபடி அன்றாட வாழ்வோடு இக்கட்டுரைகள் எழுப்பும் குரலின் வலிமையும், அதுபேசும் மொழியின் எளிமையும்... இது நான் திட்டமிட்டுச் செய்து கொண்டது அல்ல, எண்ண ஓட்டத்தில் அது தன்னைத் தானே எழுப்பிக் கொண்டது!

“கட்டுரைகள் முன்வைக்கும் வாதங்களுக்கு வலுச் சேர்ப்பதாகவே புள்ளிவிவரங்களும் தரவுகளும் உள்ளனவே தவிர, வாசிப்பவர்களுக்கு அயற்சி தரவில்லை” என்று ஒரு நண்பர் சொன்னார். இதற்கு நான் ஒருவாசகர் நிலையில் இருந்து, கட்டுரைப் பொருளை அணுகியதுதான் காரணம் என்று தோன்றுகிறது. எவ்வளவு சிக்கலானவற்றையும் கூட எல்லோருக்கும் சொல்ல முடியும், அதற்கு ஒரு அணுகுமுறை அவசியம்!

“இசை நகரம்” என்ற கட்டுரையும் “சென்னையின் வரலாறும் வளர்ச்சித் தடமும்” என்ற கட்டுரையும் சென்னை நகரின் அறியப் படாத பல முகங்களையும் அது உருவாகி வளர்ந்த வரலாற்றையும் வளத்தையும் பற்றிப் பேசுகிறது என்றாலும் அதன் ஊடாக தங் களைத்தேடிக் கண்டடைகின்ற “தரிசனமும்” சிலருக்கு வாய்க்கும்! வாய்த்தும் இருக்கிறது.

“கல்வி” இன்று கவர்ச்சிப் பொருளாக, வணிகப்பொருளாக, பெரும் முதலீடாக காட்டப்படுகிறது, இச்சூழலில் காந்தி முன் வைத்த கல்விச் சிந்தனைகள் இன்றையச் சூழலுக்கும் வாழ்வுக்கும் ஏற்புடை யனவாக உள்ளனவா? உயர்கல்வியில் உலகிற்கே வழி காட்டியாக இருந்த நாம் எப்படி வீழ்ந்தோம்? நமது மரபைமறந்து அறமற்ற திசையில் இன்றையக் கல்விப்பயணம். இது எப்படி நேர்ந்தது? உயர்கல்வியில் ஆராய்ச்சியின் வீழ்ச்சி யாரால்? இந்த விவாதங்களை இக்கட்டுரைகள் தொடங்கிவைத்திருப்பதும், அது குறித்து உரக்கப் பேசுவதும் கல்லூரி, பல்கலைக்கழகச் சுவர்களை உரக்கத்தட்டி ஓசைஎழுப்பி கவனம் கொள்ள வைத்திருக்கிறது.

நமது இந்தியச் சூழலில் “நூலகம்” என்ற அறிவுசார் அமைப்பு உருவாகி வளர்ந்து வளம் பெற்ற விதத்தை, குறிப்பாக தஞ்சை சரஸ்வதி மகால் நூலகம், ஸ்டீல் ஆல்கார்ட் என்ற அமெரிக்கர் தனிப் பட்ட முறையில் அடையாரில் அமைத்த நூலகம், உ.வே.சா. நூலகம், ரோஜா முத்தையா நூலகம் குறித்த சுவையான செய்திகள் தனிக் கவனம் பெற்றது.

“இன்றில் இருந்து முப்பது ஆண்டுகளுக்குப் பின் பெரிய பல் கலைக்கழக வளாகங்கள் எல்லாம் நினைவுச் சின்னங்களாகி விடும். பல்கலைக்கழகங்கள் இப்போது உள்ள நிலையில் நீடிக்க இயலாது” என புகழ்பெற்ற கல்வியாளர் பீட்டர் ட்ரூக்கர் கூறியதின் அடிப் படையில், தொலைநிலைக் கல்வி, இணைய வழிக்கல்வி இந்தியச் சூழலில் ஏற்படுத்திய பாய்ச்சலைப் பேசும் கட்டுரைகளும் இத் தொகுப்பில் இடம்பெற்றுள்ளன. அறிவியல்வளர்ச்சி, அறிவியல் மாற்றம் என்பதனைத் தாண்டி, அடுத்தக் கட்டத்தை அறிவியல் தொடும் தருணமும் மனிதத்தின்இழை அறுந்துவிடும் அபாயமும் சுட்டப்பட்டுள்ளது.

கல்வியைத் தாண்டி பொதுத் தளத்திலும் சில கட்டுரைகள் உள்ளன. செயற்கை அறிவாளிகள், நமது பண்பாட்டில் ஏற்படுத்தப் போகும் தாக்கங்கள், மரபார்ந்த நமது பண்பாட்டின் தடங்களைக் குறித்துப் பேசும் கட்டுரைகளும் இடம்பெற்றுள்ளன.

இந்தக் கட்டுரைகளை வெளியிட்ட தினமணி நாளிதழுக்கும் அதன் ஆசிரியர் திரு.கி.வைத்தியநாதன் அவர்களுக்கும் உடனுக் குடன் இக்கட்டுரைகளை விமர்சனம் செய்து, ஊக்கப்படுத்திய

தினமணியின் தலைமை உதவி ஆசிரியர் எழுத்தாளர், அன்பிற்கினிய திரு.ராஜ்கண்ணன் அவர்களுக்கும் இத்தருணத்தில் என் மனப்பூர்வமான நன்றியினைத் தெரிவித்துக் கொள்கிறேன்.

இதில் உள்ள ஒரு சில கட்டுரைகளை "தினத்தந்தி" நாளிதழ் வெளியிட்டது, அதன் ஆசிரியர் அவர்களுக்கும் துணைஆசிரியர் திரு. நாராயணன் அவர்களுக்கும் என் நன்றியை உரித்தாக்குகிறேன்.

இந்த நூலினை மிகச் சிறப்பாக வெளியிட்டுள்ள நற்றிணை திரு.யுகன் அவர்களுக்கு என் அன்பான நன்றி, அவரின் ஊக்கமே இந்த நூல் வெளிவருவதற்குக் காரணம்.

இந்தக் கட்டுரைகள் வெளிவந்த காலத்தில் படித்துவிட்டு உடனே இது குறித்து என்னோடு உரையாடிய, என்னைப் பாராட்டி மகிழ்ந்த தமிழ்ப் பல்கலைக்கழகத்தின் மேனாள் துணைவேந்தர் முனைவர் எஸ்.திருமலை, மேனாள் தமிழ்வளர்ச்சி மற்றும் செய்தித் துறைச் செயலாளர் டாக்டர் மூ.ராஜாராம் இ.ஆ.ப. அவர்கள், எழுத்தாளர் அ.பிச்சை, பேராசிரிய நண்பர்கள் முனைவர் இரா.காமராசு, முனைவர் தமிழ்மாறன், முனைவர் மு.பாண்டி, முனைவர் குறிஞ்சிவேந்தன், ஆகியோர்களின் அன்பினை நெகிழ்வோடு நினைத்துக் கொள்கிறேன்.

அன்புடன் பாரதிபாலன்
bharathibalan@yahoo.co.in

உலகம் முழுவதுவும் தமிழ் கல்வி

மொழிதான் மக்களை இணைக்கும் கருவி, அறிவுத் தேடலுக்கும் கருத்துப் பரிமாற்றத்திற்கும் மொழிதான் அடிப்படை! எனவே ஒரு மொழியைக் கற்றுக் கொள்வது என்பது அந்த மொழியின் வழியாக அச்சமூகத்தின் பண் பாட்டினை அறிவதாகவும், மீட்டெடுப்பதாகவும் அமை கிறது. மொழியின் வழியாக வாழ்நிலங்கள் பிரிவதும், விரி வதும் கடந்த கால வரலாறு.

உலகில் 195 நாடுகள் உள்ளன. எத்னோலாக்கின் அறிக்கை 2017 (Ethonologue Report)யின்படி உலகில் தற் போது வழக்கில் ஏழாயிரத்திற்கும் மேற்பட்ட மொழிகள் உள்ளன. இதில் 1,50,200 மொழிகள் ஒரு மில்லியன் மக்க ளால் பேசப்படும் மொழியாக உள்ளது. இதில் 50 மில்லி யன் மக்களுக்கு மேல் பேசக் கூடிய மொழிகளில் முதலி டத்தில் மாண்டரின் மொழியும், இரண்டாவது இடத்தில் ஆங்கிலமும் உள்ளன. தமிழ் மொழி 17 ஆவது இடத்தில் உள்ளது. தமிழ்மொழியைத் தாய்மொழியாக 6 கோடியே 80 இலட்சம் பேர்களும், இரண்டாவது மொழியாக 90 இலட்சம் பேர்களும் பேசுகிறார்கள். உலகம் முழுவதுவும் தமிழ் மொழியினை 7 கோடியே 70 இலட்சம் பேர் பேசு கிறார்கள்.

உலக நாடுகளில் முதன்முதலில், அதாவது 1816இல் தமிழ்ப் பள்ளியைத் தொடங்கிய நாடு மலேசியா! அங்கு தமிழ்ப் பள்ளித் தொடங்கி 200 ஆண்டுகள் நிறைவடைந்து

விட்டது. தமிழ்க் கல்வியின் 200ஆவது ஆண்டு நிறைவு விழா மலேசியாவிலும், தமிழ்நாட்டிலும் சிறப்பாகக் கொண்டாடப் பட்டு வருகிறது.

18ஆம் நூற்றாண்டில், தமிழக மக்கள் மலேசியாவில் உள்ள கரும்புத் தோட்டங்களிலும், காபி தோட்டங்களிலும், ரப்பர் தோட்டங்களிலும் வேலை செய்வதற்காகப் புலம்பெயர்ந்தனர்.

தென்கிழக்கு ஆசியாவிலே பினாங்கில், 1816இல் தி பிரின்ஸ் ஆப் வேல்ஸ் என்ற ஐரோப்பிய மாநிலத்தைச் சேர்ந்த ராபர்ட் ஸ்பார்க் கச்சிங்ஸ் (Robert Sparke Hutchings) என்ற பாதிரியாரால் "பினாங் இலவசப் பள்ளி" என்ற பள்ளி தொடங்கப்பட்டது. தென் கிழக்கு ஆசியாவின் முதல் ஆங்கிலப் பள்ளி என்ற பெருமை இந்தப் பள்ளியையே சாரும். இதே ஆண்டில் 21 அக்டோபர் 1816இல் இந்தப் பள்ளியின் ஒரு பிரிவாகத் தமிழ் வகுப்பு தொடங்கப்பட்டது.

இதுதான் உலக நாடுகளில் தொடங்கப்பட்ட முதல் தமிழ்ப் பள்ளி என்றும் போற்றப்படுகிறது. 1912இல் 7 வயது முதல் 10 வயதுக்கு உட்பட்ட பத்துக் குழந்தைகள் இருந்தாலே அந்த "தோட்ட நிர்வாகம்" ஒரு தமிழ்ப் பள்ளியை நிறுவ வேண்டும் என அப் போதைய ஆங்கில அரசு சட்டம் இயற்றியது. மாணவர்களின் வருகைப்பதிவு, தேர்ச்சி முடிவு இவற்றினை அடிப்படையாகக் கொண்டு தோட்ட நிர்வாகம் மாணாக்கர்களுக்கு 6 வெள்ளி நிதி யுதவியும் செய்ய வேண்டும் எனப் பரிந்துரைத்தது. இதன் காரண மாகவும் தமிழ்ப் பள்ளிகளின் எண்ணிக்கை கூடியது. மலேசியா 1957இல் சுதந்திரம் அடைந்தபோது அங்கு 888 தமிழ்ப் பள்ளிகள் இருந்தன.

தற்போது மலேசிய அரசு தேசியக் கல்வித் திட்டத்தில் 524 தமிழ்ப் பள்ளிகளில் தமிழ்மொழியை மூன்றாம் மொழியாகக் கற்றுக் கொள்ளவும் வகை செய்துள்ளது. மலேசியாவிற்கு மற்றுமொரு சிறப்பு, இதுவரை உலகம் முழுவதிலும் ஒன்பது உலகத் தமிழ் மாநாடுகள் நடத்தப்பட்டுள்ளன. இதில் 1966, 1987, 2015 ஆகிய ஆண்டுகளில் மூன்று உலகத் தமிழ் மாநாடுகள் மலேசியாவில் நடத்தப்பட்டுள்ளன.

மலேசிய நாட்டின் முதல் பல்கலைக்கழகமான மலாயாப் பல் கலைக்கழகத்தில் 1956ஆம் ஆண்டு முதலே இந்தியவியல் துறையில் தமிழ்மொழி கற்பிக்கப்பட்டு வருவதுடன் மலாய் மொழியிலும் தமிழ் இலக்கியமும், பண்பாடும் கற்பிக்கப்பட்டு வருகிறது. இப்பல் கலைக்கழகத்தில் 1998ஆம் ஆண்டு முதல் இளநிலை தமிழ் பட்டப் படிப்பும் தொடங்கப்பட்டுள்ளது. தற்போது மலேசியாவில் உள்ள பல்கலைக்கழகங்கள் அனைத்திலும் தமிழ்மொழி கற்பிக்கப்பட்டு வருகிறது.

இதேபோன்று தென்கிழக்கு ஆசிய நாடுகளிலேயே சிங்கப்பூரில் தான், அரசியல் அமைப்புச் சட்டத்தின் வழி தமிழ்மொழி ஆட்சி மொழியாக அங்கீகரிக்கப்பட்டுள்ளது. 1951 முதல் சிங்கப்பூரில் தமிழ் இரண்டாம் மொழியாகக் கற்பிக்கப்பட்டு வருகிறது. 1968 முதல் பல்கலைக்கழக புதுமுக வகுப்பு நிலையிலும் தமிழ் இரண்டாம் மொழியாகக் கற்பிக்கப்பட்டு வருகிறது. சிங்கப்பூரில் நான்கு பல்கலைக்கழகங்கள் உள்ளன. இவற்றில் நன்யாங் தொழில் நுட்பப் பல்கலைக்கழகமும், சிங்கப்பூர் தேசியப் பல்கலைக்கழகமும் தமிழ் மொழியைப் பயிற்றுவித்து வருகின்றன.

இலங்கை, மலேசியா, சிங்கப்பூர், மொரிசியஸ் போன்ற நாடு களில் அரசு பள்ளிகளிலோ, அரசு அங்கீகாரம் பெற்ற பள்ளிகளிலோ, தமிழ்மொழியினை இரண்டாவது மொழியாகவோ, மூன்றாவது மொழியாகவோ மழலையர் கல்வியில் இருந்து மேல் நிலைக்கல்வி வரை தொடர்ச்சியாகப் படிக்கும் வாய்ப்பும் சூழலும் உள்ளது.

அமெரிக்காவில் இந்த நிலை இல்லை. அங்கு தமிழ்மொழி இரண்டாவது மொழியாகவே கற்றுக் கொடுக்கப்படுகிறது. அமெரிக்க நாட்டுக் கல்விமுறைப்படி குறைந்தபட்சம் மேல்நிலைக் கல்வியில் (9 வகுப்பு முதல் 12 வகுப்புவரை) நான்கு ஆண்டுகள் ஆங்கிலம் அல்லது வேறொரு மொழியை மாணாக்கர்கள் கட்டாயம் பயில வேண்டும். அப்படிப் படித்து, அந்த மொழிப் பாடத்தில் நான்கு கற்றல் அளவெண் (Credits) புள்ளிகள் பெற வேண்டும். அப்படிப் பெற்ற வர்களுக்குத்தான் உயர்கல்வியில் சேர்வதற்கான தகுதியில் கூடுதல் புள்ளிகளும், கல்விக்கட்டணச் சலுகையும் கிடைக்கும்.

அமெரிக்காவில் தமிழ்மொழியினை, ஒரு கல்வி மொழியாக அங்கீகரித்தாலும், குழந்தைகள் தாங்கள் படிக்கும் பள்ளியிலே தமிழ் மொழியைக் கற்றுக் கொள்ளும் வாய்ப்பும், சூழலும் இல்லை. அத னால் தனியாகச் சனி, ஞாயிறு போன்ற விடுமுறை நாட்களில் 2 முதல் 4 மணி நேரம் செலவிட்டுத் தமிழ்மொழியைக் கற்றுக் கொள்ள வேண்டும். அப்போதுதான் நான்கு கற்றல் அளவெண் (Credits) புள்ளி களைப் பெறமுடியும். இதற்காகத் தனியாக நேரம் செலவிட மாணவர் கள் மட்டுமல்ல பெற்றோர்களும் விரும்ப வேண்டும்.

அமெரிக்க தமிழ்க் கல்விக்கழகம் என்ற தன்னார்வ அமைப்பு இந்தக் கல்வி ஆண்டு முதல் (2017 - 2018) தமிழ்ப் பள்ளிகளுக்கான அங்கீகாரத்தை அரசிடம் இருந்து பெற்று, மாணவர்கள் தமிழ் மொழி யினைப் படித்து மொழிப்பாடத்திற்கான உரிய மதிப்பெண்களைப் பெறும் வாய்ப்பினை உருவாக்கித் தந்துள்ளது.

இதேபோன்று கலிபோர்னியா தமிழ்க் கல்விக் கழகமும், சான் பிரான்சிஸ்கோ வளைகுடாப் பகுதிகளில் உள்ள மக்களுக்குத் தமிழ்க் கல்வியை வழங்கி வருகிறது.

அமெரிக்காவில் தமிழ் மொழியைக் கற்றுக் கொடுக்கும் பணியை, பல்வேறு தொழில் நிறுவனங்களில் பணியாற்றிக் கொண்டிருப் பவர்கள்தான் தன்னார்வத்துடன் விடுமுறை நாட்களில் செய்து வருகின்றனர். அவர்கள் தங்களுடைய பள்ளிப் பருவத்தில் பெற்ற தமிழ்க்கல்வி அறிவினைப் பயன்படுத்தியும், தானே கற்றும்தான் கற்பிக் கிறார்கள்.

அவர்களுக்கு உயர்நிலை இலக்கணப் பாடங்களையும் செய் யுள் பாடங்களையும் கற்பிப்பதற்கு போதிய பயிற்சி இல்லை. பயிற்சி அளிக்கக்கூடிய ஆசிரியர்களும் இல்லை. ஒரு சிலர் அப்படி இருந் தாலும் பல்வேறு மாநிலங்களுக்கும் நீண்ட தூரப்பயணம் மேற் கொண்டு அவர்களால் மற்றவர்களுக்குப் பயிற்சி அளிப்பதும் சாத்திய மில்லை. எனவே இதற்கான உதவியை அவர்கள் தமிழக அரசிடம் இருந்தும் தமிழகப் பல்கலைக்கழகங்களிடம் இருந்தும் எதிர்நோக்கி யிருக்கிறார்கள்.

இவை அனைத்தும் பள்ளி நிலையில் தமிழ்க்கல்வி பெறும் வாய்ப்பு களாகும். உயர்கல்வியைப் பொறுத்தவரை இலங்கை, மலேசியா, சிங்கப்பூர், மொரிசியஸ் நாடுகளில் உள்ள பல்கலைக்கழகங்களில் தமிழுக்கு என்று தனித்துறைகள் தொடங்கப்பட்டு இளநிலை படிப் பில் இருந்து ஆராய்ச்சிப்படிப்புகள் வரை வழங்கப்படுகிறது.

ஜெர்மன் நாட்டில் உள்ள மிகத் தொன்மையான பல்கலைக்கழக மான ஜடல்போர்க் பல்கலைக்கழகத்திலும், கோலோன் பல்கலைக் கழகத்திலும் தொடக்க நிலையில் தமிழ் கற்பிக்கப்பட்டு வருகிறது.

இங்கிலாந்தில் 1209இல் தொடங்கப்பெற்ற கேம்பிரிட்ஜ் பல் கலைக்கழகத்திலும், உலகிலே அதிக மாணாக்கர்களைக் கொண்ட (ஆண்டிற்கு 1,30,000 பேர்) லண்டன் பல்கலைக்கழகத்திலும் தெற் காசியப் பிரிவில், தொடக்க நிலையில் இருந்து இளங்கலை பட்டம் வரை தமிழ் கற்பிக்கப்படுகிறது.

கனடாவில் 1827இல் தொடங்கப்பெற்ற ரொறன்ரோ பல்கலைக்கழகத்தில் தமிழியல் பிரிவு உள்ளது என்றாலும் தொடக்க நிலையில் மட்டுமே தமிழ் கற்பிக்கப்பட்டு வருகிறது. யோர்க் பல்கலைக் கழகத்திலும், மில்கில் பல்கலைக்கழகத்திலும் தமிழ் அறிமுக நிலைப் பாடங்களாகவும், அயலக மொழியாகவுமே கற்பிக்கப்படுகிறது.

அமெரிக்காவில் பதினைந்திற்கும் மேற்பட்ட பல்கலைக் கழகங் களில் தமிழ்மொழி பல்வேறு நிலைகளில் கற்பிக்கப்படுகிறது. உலகத் தரவரிசையில் தொடர்ந்து இடம்பெறும் ஹார்வர்டு பல்கலைக் கழகத்தில் தெற்காசியவியல் பிரிவில் தமிழ் தொடக்க நிலையிலும், இடைநிலையிலும், உயர்நிலையிலும் கற்பிக்கப்படுகிறது. அதிக அளவி லான பாடநூல்களைப் பயன்படுத்தி–குறிப்பாக நவீனத் தமிழ்

இலக்கியப் பிரதிகளைப் பயன்படுத்தி–பேசுதல், எழுதுதலை மையப் படுத்தி இங்கு வகுப்புகள் நடத்தப்படுகிறது.

இத்துடன் சமீபத்தில் தமிழ் இருக்கை (Tamil Chair) உருவாக்கப் பட்டு, தமிழ்மொழியில் உயர் ஆய்வு மேற்கொள்ளும் நிலையும் உருவாக்கப்பட்டுள்ளது. ஹார்வர்டு பல்கலைக்கழகம் தன்னுடைய பழைய மாணாக்கர் பட்டியலை வெளியிட்டுள்ளது. அதில் பல்வேறு நாடுகளைச் சார்ந்த 3,600க்கும் மேற்பட்ட ஆளுமைகள் இடம் பெற் றுள்ளனர். அதில் 70 பேர் நோபல் பரிசு பெற்றவர்கள், ஒபாமா உட்பட 8 அமெரிக்க அதிபர்கள், பல்வேறு நாட்டின் பிரதமர்கள், ஐ.நா.பொதுச்செயலாளர் உள்ளிட்ட உயர்நிலையில் இருப்பவர்கள் என்று அந்த பட்டியல் நீளுகிறது.

இதுமட்டுமல்லாது வசதியற்ற மாணவர்கள் உயர்கல்வி பயில சுமார் 800 கோடி ரூபாய் ஒதுக்கியுள்ளது. உலகப் புகழ்பெற்ற இந்தப் பல்கலைக்கழகம் முன்னாள் மாணவர்கள், தனிப்பட்ட ஆர்வலர்களின் நிதியுதவியுடன் தன்னாட்சி நிலையில் நிர்வகிக்கப் படுகிறது என்பது இதன் தனிச்சிறப்பாகும். இந்தப் பல்கலைக் கழகத்தில் தமிழ்மொழியைப் பயில்வதும் ஆராய்ச்சி மேற்கொள்வதும் பெருமைக்குரியதாகக் கருதப்படுகிறது.

ஹார்வர்டை விட நீண்ட சாதனைப் பட்டியலைக் கொண்டது பெர்கிலி மாநிலத்தில் உள்ள கலிபோர்னியா பல்கலைக்கழகம். இந்தப் பல்கலைக்கழகத்தில் தமிழுக்கு என்று தனித்துறையே செயல்படு கிறது. தமிழில் ஆராய்ச்சிப் படிப்பு வரை இங்கு படிக்கமுடியும்.

இலினொய் மாநிலத்தில் உள்ள புகழ்பெற்ற சிக்காகோ பல்கலைக் கழகத்தில் படித்த 89 பேர் நோபல் பரிசு பெற்றவர்கள். அந்தப் பல்கலைக் கழகத்திலும் தமிழ் ஒரு மொழியாகக் கற்றுக் கொடுப்ப துடன் தமிழில் உயர் ஆய்வு மேற்கொள்ளவும் வாய்ப்பு உருவாக்கித் தரப்பட்டுள்ளது.

நியூயார்க்கில் உள்ள கொலம்பியா பல்கலைக்கழகம், தொன் மையான யேல் பல்கலைக்கழகம், அரசின் நேரடிக் கட்டுப்பாட் டில் உள்ள டெக்சாஸ் பல்கலைக்கழகத்திலும் தமிழ்மொழிக் கற்பிக் கப்படுவதுடன் சிறப்புப் பயிற்சிகளும் வழங்கப்படுகின்றன.

உஸ்பெஸ்கிஸ்தான், ரஷ்யா, செக், பிரான்ஸ் நாட்டுப் பல்கலைக் கழகங்களிலும் போலந்தில் உள்ள வர்சா பல்கலைக் கழகத்திலும் தமிழ் மொழிக்கென்று தனிஇடம் உள்ளது. வர்சா பல்கலைக்கழகத்தில் தமிழ்நாட்டில் இருந்து பேராசிரியர்கள் சென்று தமிழ் கற்பிக்கி றார்கள்.

இது தவிர்த்து பல்வேறு நாடுகளில் உள்ள மொழி நிறுவனங் களும் கல்வி நிறுவனங்களும் தமிழ்மொழியினை, தனிப்பட்ட

நிலையில், வணிக ரீதியாக குறுகிய கால, கோடைகால வகுப்பு களாகவும், இணையவழிப் பயிற்சி வகுப்புகளாகவும் நடத்தி வரு கின்றன.

தமிழகத்தில் உள்ள உயர்கல்வி நிறுவனங்கள் குறிப்பாகத் தமிழ் மொழிக்காகத் தோற்றுவிக்கப்பட்ட நிறுவனங்கள் உலகளாவிய நிலையில் பல்வேறு நாடுகளில் உள்ள உயர்கல்வி நிறுவனங்களோடு, குறுகிய கால, நீண்டகால ஒப்பந்தங்கள் செய்துகொண்டு பணி யாற்ற வேண்டும் என்பது உலகத் தமிழர்களின் எதிர்பார்ப்பாக இருக்கிறது. அது தற்போதைய தேவையும் கூட.

அயலகத்தில் தமிழ்க்கல்வியின் இருநூறாவது ஆண்டு நிகழ் வினைக் கொண்டாடும் இந்தப் பெருமிதமான தருணத்தில், நாமும் நம் கல்வி நிறுவனங்களும் கற்றுக் கொள்ளவும் வேண்டியிருக்கிறது.

தமிழ்நாட்டில் உள்ள உயர்கல்வி நிறுவனங்கள், அமெரிக்க அரசின் நிதியுதவியோடு செயல்படும் கலிபோர்னியா பல்கலைக் கழகத்திடம் இருந்து அதன் வெளிப்பாட்டினையும் (Outcome), சீனா வில் உள்ள கல்வி நிறுவனங்களிடம் இருந்தும் இலவசமாக உயர் கல்வி வழங்கும் சமூகக் கடமை உணர்வினையும், கியூபாவிடம் இருந்து மாணாக்கர்களின் தகுதிநிலைக்கு ஏற்ப கற்பிக்கும் கல்விநுட்பத்தையும் கற்றுக்கொள்ள வேண்டும். கற்றுக்கொடுப்பது மட்டுமல்ல, கற்றுக் கொள்வதும் கல்வி நிறுவனங்களின் தலையாயக் கடமைதான்!

தினமணி

22.12.18

அறமும் தரமும் அற்ற ஆய்வுகள்

கல்லூரி, பல்கலைக்கழகங்களில் ஆசிரியர்களாகப் பணிநியமனம் பெறவும், பணிஉயர்வு பெறவும் பி.எச்டி. ஆய்வுப் படிப்பே உயர்தகுதியாகக் கருதப்படுகிறது. பல் கலைக்கழகங்கள் வழங்கும் மிக உயரிய பட்டப் படிப்பும் இதுவே. மற்ற படிப்புகளைப் பெயருக்குப் பின்னால் போட்டுக் கொள்ளும் நிலையில், பி.எச்டி. பட்டப் படிப்பு மட்டுமே பெயருக்கு முன்னால் "டாக்டர்" என்று போட்டுக் கொள்ளும் சிறப்பினைப் பெற்றது. ஆனால் தற்போது பி.எச்டி. படிப்பு தனக்கான மதிப்பினை இழந்து, இப் பட்டப் படிப்பிற்காக நிகழ்த்தப் பெற்று வழங்குகின்ற ஆய்வேடுகளின் தரமும், ஆய்வில் கடைப்பிடிக்கின்ற அற மும் கேள்விக்கு உள்ளாகி உள்ளது.

கல்லூரி, பல்கலைக்கழகங்களில் ஆசிரியராகப் பணி வாய்ப்பினைப் பெற வேண்டும் என்றால் பல்கலைக்கழக நிதிநல்கைக் குழுவின் (U.G.C.) விதிமுறைகளின்படி ஒருவர் முதுநிலைப் பட்டப் படிப்பில் 55% மதிப்பெண்களுடன் தேசிய அல்லது மாநில அளவிலான தகுதித் தேர்வில் NET or SLET தேர்ச்சி பெற்றிருக்க வேண்டும். பி.எச்டி. பட்டம் பெற்றிருந்தால் இத்தேர்வில் இருந்து விலக்கு அளிக்கப்படுகிறது. இருப்பினும் இத்துடன் ஆசிரியர் தேர்வு வாரியம் அல்லது பல்கலைக்கழகங்கள் நுழைவுத் தேர்வு நடத்தினால் அதில் தேர்ச்சி பெற வேண்டும் என்பது விதி.

அண்மையில், நவம்பர் 2018இல் பல்கலைக்கழக நிதி நல்கைக் குழு (U.G.C.) புதிய அறிவிப்பு ஒன்றினை வெளியிட்டுள்ளது. உலகின் தலைசிறந்த 500 பல்கலைக்கழகங்களில் இருந்து பி.எச்டி, பட்டம் பெற்றிருந்தால் அவர்களை நேரடியாக நேர்காணல் நடத்தி கல்லூரி, பல்கலைக்கழகங்களில் ஆசிரியராகப் பணி நியமனம் செய்யலாம்; அதாவது இவர்கள் எந்த நுழைவுத் தேர்வுகளிலும் பங்கேற்கத் தேவையில்லை; தகுதிப்பாடுகள் இவர்களுக்கு பொருந்தாது. 2018 உலகத் தரவரிசைப் பட்டியலில் முதல் 500 இடங்களில் இந்தியாவில் உள்ள ஐந்து தொழில்நுட்பக் கல்வி நிறுவனங்கள் (IIT'S) மட்டுமே இடம்பெற்றுள்ளன. தமிழ்நாட்டில் உள்ள உயர் கல்வி நிறுவனங்கள் எதுவும் அதில் இடம் பெறவில்லை என்பதைக் கவனிக்க வேண்டும்.

கல்லூரி, பல்கலைக்கழகங்கள் உள்ளிட்ட உயர்கல்வி நிறுவனங்களின் முதன்மையான பணிகளாகக் கற்பித்தல் (Teaching), ஆராய்ச்சி (Research) மற்றும் விரிவாக்கப்பணி (Extension Activities) உள்ளன. இவற்றில் கற்பித்தல் பணியே அடிப்படையாக உள்ளது. பல்கலைக்கழக நிதி நல்கைக் குழுவின் U.G.C. 2017 - 2018 அறிக்கையின்படி, இந்தியாவில் தற்போது, இளநிலைப் பட்டப் படிப்புகளில் 2 கோடியே 90 லட்சத்து, 16ஆயிரத்து 349 மாணாக்கர்களும் (79.19% சதவீதம்), முதுநிலைப் பட்டப் படிப்புகளில் 41 லட்சத்து 14 ஆயிரத்து 310 மாணாக்கர்களும்; (11.23% சதவீதம்) பயின்று வருகின்றனர்.

இதில் தமிழ்நாட்டில் இளநிலைப் பட்டப் படிப்புகளில் 24 லட்சத்து 91 ஆயிரத்து 777 மாணாக்கர்களும்(72.42% சதவீதம்) முதுநிலைப் பட்டப் படிப்புகளில் 4 லட்சத்து 38 ஆயிரத்து 886 மாணாக்கர்களும் (12.75% சதவீதம்) பயின்று வருகின்றனர். இதில் இந்திய அளவில் 2017 - 2018 கல்வி ஆண்டில் பி.எச்டி. பட்டப் படிப்பில் 1 லட்சத்து 61 ஆயிரத்து 412 மாணாக்கர்களும் (0.44% சதவீதம்) எம்.ஃபில் படிப்பில் 34 ஆயிரத்து 109 மாணாக்கர்களும் (0.09% சதவீதம்) சேர்ந்துள்ளனர்.

இதில் தமிழ்நாட்டில் பி.எச்டி. படிப்பில் 29 ஆயிரத்து 778 மாணாக்கர்களும் (0.87% சதவீதம்) எம்.ஃபில். படிப்பில் 17 ஆயிரத்து 179 மாணாக்கர்களும் (0.50 சதவீதம்) ஆவர். இந்திய மாநிலங்களிலேயே தமிழ்நாட்டில் தான் அதிக எண்ணிக்கையில் மாணாக்கர்கள் ஆய்வுப் படிப்புகளில் சேர்ந்துள்ளனர்.

கல்லூரி, பல்கலைக்கழக நிலையில் ஆய்வுப் படிப்புகளைவிட பட்டப் படிப்புகளிலே மாணாக்கர்கள் அதிகம் உள்ள நிலையில், கற்பித்தல் பணியின் தேவையே அதிகமாக உள்ளது. ஆனால் பல்கலைக்கழக நிதி நல்கைக் குழு (U.G.C.) ஆசிரியர் பணிக்கான தகுதியாக பி.எச்டி. படிப்பினையே முதன்மைப்படுத்துவது, சில எதிர்மறையான விளைவுகளை ஏற்படுத்துகிறது.

கற்பித்தல் பணியின் தன்மை வேறு; ஆராய்ச்சிப் பணியின் தன்மை வேறு; இந்த இரண்டில் இருந்தும் முற்றிலும் மாறுபட்டது விரிவாக்கப்பணி. ஆய்வு வேட்கை, ஆய்வுச் சிந்தனை, ஆய்வு ஈடு பாடு கொண்ட ஒருவரால் மட்டுமே திறம்பட ஆய்வுப் பணியில் ஈடுபட முடியும், இதே போன்று "கற்பித்தல்" என்பது ஒரு கலை, கற்பித்தலில் நமக்கென்று ஒரு மரபும் தொடர்ச்சியும் உண்டு. ஆழ்ந்த அறிவும், ஆர்வமும், எடுத்துரைக்கும் ஆற்றலும் அமையப் பெற்ற அல்லது முறையாகப் பயிற்சி பெற்ற ஒருவரால் மட்டுமே இப்பணியைத் திறம்படச் செய்ய முடியும். விரிவாக்கப் பணிகளில் ஈடுபட விரும்பும் ஒருவருக்கு சமூகச் சிந்தனையும் தொலைநோக்குப் பார்வையும், அர்ப்பணிப்பு உணர்வும் தேவை. இந்த மூன்றும் வெவ்வேறு தளங்களாகும்.

முன்பு கல்லூரி நிலைகளில் கற்பித்தல் அதாவது இளநிலை, முதுநிலைப் பட்டப் படிப்புகளை வழங்குதல், பல்கலைக்கழக நிலையில் ஆராய்ச்சிப் படிப்புகளை மட்டும் வழங்குதல் என்ற நிலை இருந்தது. ஆராய்ச்சிப் படிப்புகளுக்கான வாய்ப்பினைப் பரவலாக்க வேண்டும் என்ற நோக்கில் கல்லூரிகளிலும் உயர் ஆய்வுப் படிப்பினைத் தொடங்கப் பல்கலைக்கழக நிதி நல்கைக் குழு (U.G.C.) அனுமதி அளித்தது.

இதனால் பல்கலைக்கழகங்களின் புலம்/துறைகளிலும் கல்லூரி களில் உள்ள துறைகளிலும் கற்பித்தலும் ஆய்வுப் பணியும் இணைந்தே நடைபெறுகிறது. தற்போதைய நிலையில் கல்விப் பணி நிலையில் பல்கலைக்கழகங்களுக்கும் கல்லூரிகளுக்கும் பெரிய வேறுபாடுகள் இல்லை என்ற நிலை இருப்பினும் ஆய்வுக் கட்டமைப்பு வசதிகள், ஆய்வுச்சூழல், நிதி நல்கை போன்றவை பல்கலைக் கழகங்களுக்குக் கிடைப்பது போல கல்லூரிகளில் கிடைப்பதில்லை. சில சுயநிதிக் கல்லூரிகளில் அடிப்படை வசதியோ, தகுதியான ஆய்வு நெறி யாளர்களோ இல்லாத நிலையிலும் ஆய்வுப் படிப்புகள் வழங்கும் சூழல் தற்போது உள்ளது.

நம்முடைய ஆய்வுப் படிப்புகளின் தரம், ஆய்வு வெளிப்பாடுகள், நமது கல்விப் புல ஆய்வுகள் ஏற்படுத்தும் விளைவுகள், அது தொழில் துறைக்கும், வளர்ச்சிப் பணிகளுக்கும் அளிக்கும் பங்களிப்பு குறித்துக் கருதிப் பார்த்தால் பெரிய ஏமாற்றமே மிஞ்சுகிறது.

இது குறித்து விடுதலைக்குப் பின் ஏற்படுத்தப்பட்ட அனைத்துக் கல்விக் குழுக்களுமே கவலையுடன் கருத்துத் தெரி வித்து வந்துள்ளன. இதில் மேற்கொள்ளப்படுகின்ற சீர்திருத்தங்கள் பெயரளவுக்கு இருக்கின்றனவே தவிர பெரிய விளைவுகளை ஏற் படுத்தவில்லை. இப்போதைய தேவை அடிப்படை மாற்றம் ஒன்றே.

கல்விப் புலங்களில் நிகழ்த்தப் பெறும் ஆய்வுகள் குறித்து தற்போது கடுமையான விமர்சனங்கள் உள்ளன. U.G.C. அறிக்கையின் படி 2017ஆம் ஆண்டில் மட்டும் இந்திய அளவில் 34,400 பி.எச்டி, ஆய்வேடுகளும், 28,059 எம்.ஃபில் பட்ட ஆய்வேடுகளும் ஏற்கப்பட்டு பட்டங்கள் வழங்கப்பட்டுள்ளன. இதில் தமிழ்நாட்டில் மட்டும் 4,551 பி.எச்டி. ஆய்வேடுகளும் 18,257, எம்.ஃபில். ஆய்வேடுகளும் ஏற்கப்பட்டுப் பட்டங்கள் வழங்கப்பட்டுள்ளன. இந்த ஆய்வு முடிவுகள், வெளிப்பாடுகள் சமூகத்திற்கு என்ன பயனை அல்லது விளைவுகளை ஏற்படுத்தியுள்ளது என்று ஆராய்ந்தால், இவற்றில் பெரும்பாலான ஆய்வுகள், ஆழமும் விரிவும் இல்லாது சமூக வெளிக்கே வராமல் பல்கலைக்கழக நூலகங்களுக்குள்ளே முடங்கிவிட்டன என்ற உண்மை வெளிப்படுகிறது.

ஒரு குறிப்பிட்ட நிறுவனம் குறித்தோ, அரசு, அரசு சாராத் திட்டங்கள் குறித்தோ, சமூகச் செயல்பாடுகள் குறித்தோ, ஆளுமைகள் குறித்தோ மேற்கொள்ளப்படுகின்ற ஆய்வுகள், நிறைவில் உரியவர்களின் பார்வைக்குச் சென்று சேராமலே போய் முடங்கி விடுகிறது என்பது மற்றொரு அவலம். இதில் பல லட்சம் ரூபாய் நிதி நல்கைப் பெறப்பட்டு மேற்கொள்ளப்பட்ட ஆய்வுகளும் அடங்கும்.

ஆசிரியர்கள் தங்கள் பணிநிலை உயர்வுக்கான தகுதிப் பாடாகவும், ஆய்வு மாணவர்கள் தங்கள் ஆய்வுப் படிப்பின் ஒரு பகுதியாகவும் ஆய்விதழ்களில் ஆய்வுக் கட்டுரைகளை கட்டாயம் வெளியிட வேண்டும் என பல்கலைக்கழக நிதி நல்கைக்குழு கூறி, சில ஆய்விதழ்களையும் அங்கீகரித்துப் பட்டியல் வெளியிட்டிருந்தது. சமீபத்தில் பல்வேறு புகார்களின் அடிப்படையில் அவைகளை மீண்டும் மதிப்பீடு செய்ததில் 4305 ஆய்விதழ்கள் தர மற்றவை, போலியானவை என்று கண்டறிந்து, அவற்றினைப் பட்டியலில் இருந்து நீக்கியுள்ளது.

இதன் அடிப்படைச் சிக்கல் எங்கே இருக்கிறது என்று சிந்திக்கின்ற போது கல்லூரி, பல்கலைக்கழக பணிக்கு வருகின்ற ஆசிரியர்கள் அனைவரும் ஆய்வாளர்களாக அதாவது பி.எச்டி. பட்டம் பெற்றவராக இருக்க வேண்டும் என்பதால், அந்த விதிமுறைகளை திருப்தி செய்யும் நோக்கிலேயே போலி ஆய்வுகள், ஆய்வுக் கட்டுரைகள் உருவாக்கப்படுகின்றன. இதனால் ஆராய்ச்சியின் தரமும் பாதிக்கிறது. கற்பித்தல் தரமும் பாதிக்கிறது.

தரமான ஆய்வு மேற்கொள்வதற்குத் தகுதிப்பாடு உடைய ஆய்வக வசதியும், நிதியுதவியும் தேவை. மத்தியப் பல்கலைக் கழகங்களுக்கும், தேசிய அளவிலான உயர்கல்வி நிறுவனங்களுக்கும் வழங்கப்படுகின்ற நிதி நல்கையில் 25% கூட மாநிலப் பல்கலைக்

கழகங்களுக்கு வழங்கப்படுவதில்லை. உதாரணமாக இந்தியத் தொழில்நுட்பக் கல்வி நிறுவனங்களில் (IIT's) ஆய்வு மேற் கொள்ளும் அனைத்து ஆய்வு மாணாக்கர்களுக்கும் மாதம் ரூபாய் 25 ஆயிரம், உதவித்தொகை வழங்கப்பட்டு வருகிறது, அதைத் தற் போது 70 ஆயிரமாக மத்திய அரசு உயர்த்தி உள்ளது. இந்த நிலை மாநிலப் பல்கலைக்கழகங்களுக்கு இல்லை. மனிதவள மேம்பாட்டு அமைச்சகம் உயர்கல்விக்கான நிதியில் பெரும் பகுதியை 46 மத் தியப் பல்கலைக்கழகங்களுக்கும் 101 தேசிய அளவிலான உயர்கல்வி கல்வி நிறுவனங்களுக்குமே ஒதுக்கி வருகிறது. 367 மாநிலப் பல் கலைக்கழகங்களுக்கு போதிய ஆய்வு நிதி நல்கைகள் கிடைப்பதில்லை என்பதும் மாநிலப் பல்கலைக்கழகங்களில் தரமான ஆய்வுகள் வெளிவராமல் போவதற்கு ஒரு காரணமாக உள்ளது.

மற்றொன்று ஆய்வு மேற்கொள்கின்றவர்களின் நோக்கம்: ஆய்வு வசதியோ, ஆய்வுமேற்கொள்வதற்கான கட்டமைப்போ, களமோ, சூழலோ வாய்க்கப் பெறாத பள்ளி ஆசிரியர்களும், கடுமையானப் பணி நெருக்கடிகளில் பணிபுரியும் குடிமைப் பணி அதிகாரிகள் உள்ளிட்ட உயர்நிலையில் உள்ள அதிகாரிகளும் சமூகத்தில் புகழ் பெற்ற ஆளுமைகளும் பகுதி நேரமாக ஆய்வு செய்யப் பல்கலைக் கழகங்களில் பதிவு செய்கின்றனர். ஆய்வு வேட்கையும், ஆய்வு உந்துதலும் அவர்களுக்கு இருந்து, அவர்கள் ஆய்வில் ஈடுபட்டால் அது வரவேற்கத்தக்கது. மாறாக ஊக்க ஊதியம் பெறுவதற்காகவும், சமூக நிலையில் சிறப்புப் பெறும் நோக்கில் மட்டுமே ஆய்வுப் பட்டம் பெற விரும்பினால், அது ஆய்வுத் துறைக்கு பெரும் கேடு விளைவிப்பதாக அமைந்துவிடும் என்பதனையும் இங்கு சிந்திக்க வேண்டும்.

உலகத் தரமான பல்கலைக்கழகங்கள் என்று தர வரிசைப் படுத்தப்படுகின்றபோது, அனைத்து நிலைகளிலும் சிறந்தது, கற்பித் தலில் சிறந்தது, ஆராய்ச்சியில் சிறந்தது என வகைப்படுத்தி தர வரிசைப் படுத்தப்படுகிறது. இதே போல் மாநிலப் பல்கலைக்கழகங் களையும், அதன் வளங்களைக் கருத்தில் கொண்டு "ஆராய்ச்சி", "கற்பித்தல்" என்று வகைப்படுத்தி அவற்றுள் சிறந்து விளங்கும் வகையில் திட்டமிடலாம். அல்லது முன்பு இருந்தநிலை போல கல்லூரிகள் கற்பித்தல் பணிகளை மட்டும் மேற்கொள்வது; பல் கலைக்கழகங்கள் ஆய்வுப் பணியில் மட்டுமே கவனம் செலுத்துவது என்று வகைப்படுத்துவது அவசியம். தற்போது 2017 - 2018 U.G.C. அறிக்கையின்படி இந்திய அளவில் 8 லட்சத்து 88 ஆயிரத்து 427 உதவிப் பேராசியர்கள் (70% சதவீதம்) உள்ளனர். இவர்களின் முதன்மைப் பணி கற்பித்தல், இதனை அடுத்து 1 இலட்சத்து 39 ஆயிரத்து 443 இணைப் பேராசிரியர்கள் (11% சதவீதம்) உள்ளனர்.

இந்த இரண்டு பணி நிலைகள் கல்லூரிகளிலும் பல்கலைக் கழகங்களிலும் உள்ளன. பல்கலைக் கழகங்கள் மற்றும் தேசிய அளவிலான உயர் கல்வி நிறுவனங்களில் மட்டுமே 1,14,170 பேராசிரியர் பணி நிலை (9% சதவீதம்) உள்ளது.

உலக நிலையில் இந்தியாவின் ஆய்வுப் பங்களிப்பு 4.06% சதவீதம் மட்டுமே; வளர்ந்த நாடுகளோடு ஒப்பிடும்போது இது மிகக் குறைவாகும் என்பதனை நாம் எண்ணிப் பார்த்து, ஆய்வுப் படிப்பினை விரிவுபடுத்துவதைவிட, ஆழப்படுத்த வேண்டும். ஆய்வுப் பட்டதாரிகளை உருவாக்கித் தருவதைவிட இந்த உலகிற்கு புதிய புதிய ஆய்வு வெளிப்பாடுகளை வழங்கும் வகையில் ஆய் வாளர்களை உருவாக்குவதுதான் இப்போதைய நமது தேவை.

கல்லூரி, பல்கலைக்கழகங்களுக்கு ஆசிரியர்களைத் தேர்வு செய்வதற்கான கல்வித் தகுதிப்பாட்டிலும் ஆராய்ச்சிப் படிப்பிற்கு மாணாக்கர்களைத் தேர்வு செய்வதிலும் முற்றிலும் மாற்றங்கள் செய்வது தற்போது அவசியமாகிறது!

தினமணி
12.12.2018

இசை நகரம்

ஐக்கிய நாடுகள் கல்வி, அறிவியல், பண்பாட்டு நிறுவனம் புதிதாக 44 நாடுகளைச் சேர்ந்த 64 நகரங்களை படைப்பாக்க நகரங்களின் இணைப்பில் சேர்த்துள்ளது. இந்தியாவில் சென்னை, ஜெய்ப்பூர் மற்றும் வாரணாசி ஆகிய நகரங்கள் இந்த இணைப்பில் சேர்க்கப்பட்டு உள்ளன. இசை, நாட்டுப்புறக்கலை, திரைப்படக் கலை, இலக்கியம், வடிவமைப்பு, கைவினைக்கலை, ஊடகக்கலைகளில் தனிச்சிறப்பு கொண்ட 72 நாடுகளைச் சேர்ந்த 180 நகரங்கள் இந்த இணைப்பில் தற்போது உள்ளன. இதில் சென்னையும், வாரணாசியும் இசைக் கலையிலும், ஜெய்ப்பூர் கைவினை மற்றும் நாட்டுப்புறக் கலையிலும் சிறந்து விளங்குவதாக "யுனெஸ்கோ" அறிவித்துள்ளது. இதில் இத்தாலி, ஸ்வீடன், மெக்சிகோ, நியுசிலாந்து, போர்ச்சுகல், கஜகஸ்தான் போன்ற நாடுகளைச் சேர்ந்த மிகக் குறைவான எண்ணிகையிலான நகரங்களே "இசைக் கலையில்" சிறந்து விளங்கும் நகரங்கள் என்ற சிறப்பினைப் பெறுகின்றன. அந்த வகையில் சென்னை நகருக்கு அந்தச் சிறப்புக் கிடைத்திருப்பது தனித்துவம் ஆகும்!

உலகளாவிய நிலையில் ஒவ்வொரு நகரங்களும் தங்களுடைய பாரம்பரியத் தன்மைகளையும், பண்பாட்டுச் சிறப்புகளையும், கலை மரபுகளையும், வளங்களையும் அதன் வெளிப்பாட்டினையும், பகிர்ந்து கொள்ள வேண்டும்

என்ற நோக்கில், 2004ஆம் ஆண்டு "யுனெஸ்கோ" நிறுவனம் இந்தப் படைப்பாக்க நகரங்களின் இணைப்பினை ஏற்படுத்தியது. இதன் மூலம் நமது சென்னை நகரின் இசைப் பாரம்பரியச் சிறப்புகளையும், பண்பாட்டுச் செழுமையையும் பன்னாட்டு நிலைக்கு எடுத்துச் செல்வதுடன் பிற நாட்டு இசைக் கலை மரபுகளோடு இணைப்பினை ஏற்படுத்திக் கொள்ளவும் முடியும்.

சென்னை நகரின் இசை வளமை என்பது, சென்னையோடு இணைந்த, சுற்றியுள்ள ஊர்களில் இருந்தும், மாநிலத் தலைநகர் என்ற நிலையில் அதனோடு சங்கமம் அடைந்த பிற வளங்களோடும் இணைந்த ஒன்றாகவே உள்ளது. மைலாப்பூருக்கு என்று ஒரு தனி வரலாறு உண்டு. அது மதராஸ் நகரத்தின் வரலாற்றைவிட தொன்மை வாய்ந்தது. பன்னிரு ஆழ்வார்களில் மூத்தவரான பேயாழ்வார் அவதரித்த இடம் மைலாப்பூர். இங்குதான் சைவத் திருமுறைகளைச் சார்ந்த அப்பர், திருஞானசம்பந்தர் மற்றும் சில சிவனடியார்கள் தேவாரம் போன்ற பல பதிகங்களைப் பாடினர். கபாலீஸ்வரர் கோயில், திருவல்லிக்கேணி பார்த்தசாரதி கோயில் மற்றும் திருவொற்றியூர் வடிவுடையம்மன் போன்ற தொன்மையான பாடல் பெற்ற தலங்களின் இசை மரபுகளோடும், இத்தெய்வங்களைப் போற்றிப் பாடல் இயற்றிப் பாட வந்தவர்கள். தாராள குணம் கொண்ட சங்கீத ஆதரவாளர்கள் பலர் மதராஸிலும் சுற்றியுள்ள இடங்களிலும் வாழ்ந்து வந்ததாலும் தங்கள் திறமைகளை அவர்கள் முன்காட்ட பல பாடகர்கள் மதராஸை நோக்கி வந்ததாலும் மதராஸ் நகரம் இத்தகைய "இசை வளமை" பெற்றது எனலாம்.

தியாகராச சுவாமிகளின் நேரடிச் சீடரான "வீணை குப்பையர்" "மதராசின்" இசைத்துறையின் முதன்மையான ஆளுமையாகத் திகழ்ந்துள்ளார். இவருடைய அழைப்பினை ஏற்று தியாகராஜ சுவாமிகள் மதராசுக்கு வந்து திருவொற்றியூரில் தங்கி, அந்த ஊரின் தெய்வமான திரிபுர சுந்தரியைப் பற்றி "திருவொற்றியூர் பஞ் சரத்தினம்" என்ற ஐந்து கீர்த்திகளைப் பாடியுள்ளார்.

சங்கீதத்தில் வல்லுநராக இருந்த தச்சூர் சிங்காரச் சாரலு (1834 - 1892) மதராசில் வாழ்ந்தவர். இவருடைய சகோதரர் சின்ன சிங்காரச் சாரலு தெலுங்கில் சங்கீதம் தொடர்பான நூல் வரிசையை வெளியிட்டவர். "இராமநவமி" யை முன்னிட்டு ஒவ்வொரு ஆண்டும் மதராஸில் கச்சேரி நடத்துவார். அதில் ஆயிரத்திற்கும் மேற்பட்டோர் பங்கேற்பார்கள். மதராசுக்கு வந்து பேரும், புகழும் அடைய விரும்பும் ஒவ்வொரு சங்கீத வித்வான்களும் முதலில் சிங்காரச் சாரலு சகோதரர்கள் முன் பாடி, அவர்களின் பாராட்டைப் பெற வேண்டும் என்று பெரிதும் விரும்புவார்கள்.

18 வயதே ஆன வடிவேலு என்பவரின் வயலின் இசைத் திறமையைக் கண்டு வியந்து, திருவாங்கூர் மகாராஜா தானே மதராசுக்கு நேரடியாக வந்து அவருக்கு 'தந்தத்தால் செய்யப்பட்ட வயலினைப்' பரிசாகத் தந்துள்ளார்.

19ஆம் நூற்றாண்டில் ஜட்டூர் சுப்பிரமணிய செட்டி என்பவர் இசை ஆர்வம் காரணமாக தன்னுடைய சொந்தப் பணத்தில் ஒரு அறக்கட்டளையை நிறுவி அதன்மூலம் ஆண்டுதோறும், நாதஸ்வர வித்வான் ஒருவருக்கு "பெரும் தொகையை" சன்மானமாக வழங்கி வந்துள்ளார்.

அப்பரிசுக்குத் தேர்வு செய்யப்படுபவர் சென்ன கேசவப் பெருமாள் கோயிலில் பத்து நாட்களுக்குத் தொடர் கச்சேரி செய்ய வேண்டும் என்பது வழக்கம். இதேபோன்று 1860இல் இருந்து கொத்தவால் கடைத்தெருவில் உள்ள எஸ்.கே.பி.டி. என்ற அறக்கட்டளை ஆண்டுதோறும் "சங்கீதக் கச்சேரிகளை" நடத்தி வந்துள்ளது,

மதராஸில் சங்கீதக் கலைஞர்களை ஆதரித்து அவர்களுக்கு உதவி, "சங்கீதக் காப்பாளர்கள்" என்ற பெரும் புகழைப் பெற்றவர்களாக மணலி முத்துகிருஷ்ண முதலியார், மணலி வெங்கட கிருஷ்ண முதலியார், கோவூர் சுந்தரேச முதலியார், பச்சையப்ப முதலியார் போன்றவர்கள் திகழ்ந்துள்ளனர். பாலசுவாமி தீட்சிதர் என்பவருக்கு ஐரோப்பிய வயலின் இசைக்கலைஞர் ஒருவரைக் கொண்டு வந்து வாசிக்கக் கற்றுக் கொடுத்துள்ளார் மணலி வெங்கட கிருஷ்ண முதலியார்.

இசைக் கலைஞர்களுக்கு இடையே "மேதமை" போட்டிகளும் இருந்துள்ளன. மதராஸ் நகரில் நடந்த பிரபலமான இரண்டு "இசைப் போட்டிகளை"ச் சுட்டுகின்றனர். ஒன்று தென்பகுதியில் புகழ்பெற்ற மகாவைத்தியநாத அய்யர் அவர்களுக்கும் வேணு என்பவருக்கும் நடந்த போட்டி. "மதராசுக்கு வந்து தன்னுடன் போட்டியிடுமாறு" வேணு விட்ட சவாலை ஏற்று மகாவைத்தியநாத அய்யர் வேணுவுடன் ஜார்ஜ் டவுன் திருவண்ணாமலை மடத்தில் போட்டியிட்டுள்ளார். அந்தப் போட்டியில் இரண்டு வித்வான்களும் பல இசை நுட்பங்களை வெளிப்படுத்தியுள்ளனர். இதை இசை ஆர்வலர்கள் வியந்து போற்றுகின்றனர். இப்போட்டியின் இறுதியில் மகாவைத்தியநாத அய்யரே வெற்றி பெற்றதாக அறிவிக்கப் பட்டது என்றாலும் ஒருவருக்கு ஒருவர் சளைத்தவர்கள் அல்ல என்பது இசை ஆர்வலர்களின் மதிப்பீடு.

இரண்டாவதாக 1906ஆம் ஆண்டு முத்தியால் பேட்டையில் கிருஷ்ணன் என்பவருக்கும் "குப்பன்" என்பவருக்கும் நடைபெற்ற நாதஸ்வர இசைப்போட்டி. இந்தப் போட்டியில் வென்ற குப்பன் அவர்களுக்கு விலை உயர்ந்த நவரத்தினங்கள் பதிக்கப்பட்ட நாதஸ்வரம் ஒன்றை துபாஷ் முகுந்த நாயுடு பரிசளித்துள்ளார்.

18ஆம் நூற்றாண்டில் மதராசுக்கு வந்து குடியேறிய குருமூர்த்தி சாஸ்திரி அவர் காலத்தில் வாழ்ந்த பாடகர்களிலே மிக உயர்வாகப் போற்றப்பட்டுள்ளார். அவருடைய சங்கீத ஞானத்தினை அங்கீகரிக்கும் விதத்தில் தஞ்சை மன்னர் அவருக்கு ஒரு பல்லக்கைப் பரிசாக வழங்கியுள்ளார்.

மதராஸ் நகரம் அதிக எண்ணிக்கையில் சபாக்கள், தொழில் முறையிலான பாடகர்கள், சங்கீத அகாடமி விழாக்கள் என்று இசையின் மையமாகவே, தனித்தன்மையுடன் திகழ்ந்து வந்துள்ளது. சங்கீதம் தொடர்பான அனைத்து நூல்களும் அச்சிடப்பட்டு வெளி வந்துள்ளது. தியாகராஜரின் சீடர்களில் ஒருவரின் உதவியுடன் அவரின் மாபெரும் படைப்பான 'ஐரோப்பிய எண் மானத்தில் கீழ்திசை சங்கீதம்' என்ற நூலினை சின்னச்சாமி முதலியார் வெளியிட்டார்.

ஜெர்மன் நாட்டின் பீத்தோவன் நினைவாக "பீர்" விழா கொண்டாடப்படுகிறது. இதேபோல் இந்தியாவில் மிகப்பெரிய இசை விழாவாக "தான்சேன் விழா", "ஹரிவல்லப விழா" "கந்தர்வா பீம்சென் விழா" கொண்டாடப்படுகின்றன. இவற்றினை எல்லாம் விட தொடர்ச்சியாகவும் பன்முகத் தன்மையுடனும் கொண்டாடப்படும் இசைவிழாவாக, சென்னையில் "டிசம்பர் மாதம்" நடைபெறும் இசைவிழா புகழப்படுகிறது. 100க்கும் மேற்பட்ட சபாக்கள் 500க்கும் மேற்பட்ட இசைக் கலைஞர்களைக் கொண்ட மாபெரும் இசை விழாவில் பங்கேற்கவும் கண்டுகளிக்கவும், பிறமாநிலங்களில் இருந்து மட்டுமல்லாது வெளிநாடுகளில் இருந்தும் மக்கள் வருகிறார்கள்.

1927 இல் காங்கிரஸ் கட்சியின் சார்பில் "அகில இந்திய இசை மாநாடு" ஒன்று சென்னையில் நடத்தப்பெற்றது. அந்த மாநாட்டின் பரிந்துரையின்படி "மியூசிக் அகடாமி" ஒன்று தொடங்கப்பட்டது. சென்னையில் பல்வேறு பகுதிகளில் நடைபெற்று வந்த "மார்கழி உற்சவம்" ஒருங்கிணைக்கப்பட்டு மிகப்பெரிய இசைவிழாவாக உருக்கொண்டது எனலாம்.

தியாகராச சுவாமிகள் நினைவாக அவர் வாழ்ந்த திருவையாற்றில் ஆண்டுதோறும் ஜனவரி மாதத்தில் அவரின் சமாதி

அருகில் 'தியாகராஜ ஆராதனை' ஐந்து நாட்கள் சிறப்பாக நடைபெறுவதைப் போல அதையே மாதிரியாகக் கொண்டு "சென்னையில் திருவையாறு" என்ற இசை நிகழ்ச்சியும் சென்னையில் ஆண்டு தோறும் நடத்தப்பெறுகிறது.

தமிழகம் சேர, சோழ, பாண்டியர் என்ற மூவேந்தர்களின் ஆட்சிக்குப் பின்னர் 15ஆம் நூற்றாண்டு முதல் 20ஆம் நூற்றாண்டின் முற்பகுதி வரையிலும் பிற மொழியாளர்களின் ஆட்சியின் கீழ் இருந்து வந்துள்ளது. இதன் காரணமாக "இசை அரங்குகளில்" வேற்று மொழிப்பாடல்களே அதிகம் இடம்பெற்றன. கோயில்களில் மட்டும் ஓதுவார்களால் "திருமுறை" ஓதும் நிலையில் தமிழ் இசைப் பாடல்கள் பெயரளவில் இடம்பெற்றன.

செட்டி நாட்டரசர் ராஜா சர் அண்ணாமலை செட்டியார், சுதந்திர இந்தியாவின் முதல் நிதியமைச்சர் ஆர்.கே.சண்முகம் செட்டியார், கவர்னர் ஜெனரல் இராஜாஜி, கல்கி, டி.கே.சி., அண்ணா போன்றவர்களின் ஆதரவுடன் 1943இல் சென்னையில் தமிழிசைச் சங்கத்தினை நிறுவினர். அது இன்றளவும் தமிழிசைக்கு வளம் சேர்த்து வருகிறது.

சென்னை திருவான்மியூரில் இசை, நடனம் போன்ற கலைகளைக் கற்பிப்பதற்காக ருக்மணிதேவி அருண்டேல் 100 ஏக்கர் நிலப்பரப்பில் "கலாசேத்ரா" என்ற கலைக்கூடத்தை நிறுவினார். 1993 இல் இது மத்திய அரசின், தேசிய முக்கியத்துவம் வாய்ந்த நிறுவனமாக்கப்பட்டது. இங்கிலாந்து இராணி எலிசபெத் உள்ளிட்ட பல நாட்டுப் பிரமுகர்கள் இந்தக் கலைக் கூடத்தைக் காண ஆவலுடன் வருகை தந்தனர். இன்றும் வருகின்றனர்.

சென்னைப் பல்கலைக்கழகத்திலும் சென்னை இராணி மேரி கல்லூரியிலும் இசையில் இளநிலைப் படிப்பில் இருந்து ஆராய்ச்சிப் படிப்புவரை வழங்கப்படுகிறது. 2013இல் புகழ்பெற்ற சென்னை இசைக்கல்லூரியை உள்ளடக்கி தமிழ்நாடு இசை மற்றும் நுண் கலைப் பல்கலைக்கழகம் தோற்றுவிக்கப்பட்டது.

நாடகம், நாட்டியம், கூத்து போன்ற கலை வடிவங்களில் இசையின் செல்வாக்கு மிகுதியாகவே இருந்துள்ளது. நாடக சபாக்களில் பாடும் திறமை உள்ளவர்களுக்கே நடிக்கும் வாய்ப்பு கிடைத்தது.

இந்தியத் திரைப்படப் பாடல்களின் வளர்ச்சியிலும் சென்னை நகரின் பங்கு அதிகமாகும். 1931 - 2001 வரை இந்தியாவில் 16,616 திரைப்படங்கள் வெளிவந்தன. இதில் தமிழ்நாட்டில்தான் அதிக அளவில் 6,500 திரைப்படங்கள் வெளிவந்துள்ளது. புராணப்

படகாலத்தில் ஒரு படத்தில் 50 முதல் 100 பாடல்கள் வரையிலும், சமூகப்பட காலங்களில் 7 பாடல்கள் வரையிலும் இடம்பெற்றன என்றாலும் திரைப்படங்கள் வெற்றி பெற வேண்டும் என்றால் அதன் இசையும் பாடலுமே அடிப்படையாக இருந்தன. அந்தள வுக்கு இசையும், பாடலும் மக்களிடம் செல்வாக்குப் பெற்றிருந்தன.

சென்னையில் உள்ள இசைப் பயிற்றுவிக்கும் மையங்களும் தனிப்பட்ட இசை ஆசிரியர்களும் இணையத்தின் வழியாக பல் வேறு நாட்டவர்களுக்கும் "இசை" பயிற்றுவித்து வருகின்றனர் என்பது ஒரு வளர்ச்சி நிலை என்றாலும் சபாக்களும், இசை கற்பிக்கும் நிறுவனங்களும் வணிக நோக்கின்றி ஆழமும், விரிவும், புத்தாக்கச் செழுமையும் கொண்ட இளம் படைப்பாக்கத் திறமைகளை ஒருங் கிணைந்து இயங்குகின்றபோதுதான் யுனெஸ்கோவின் இந்த படைப் பாக்க ஒருங்கிணைப்புத் திட்டம் எதிர்பார்க்கும் பலனைத் தரும்!

தினமணி

22.11.2017

புதுயுகம்; செயற்கை அறிவாளிகள்

நவீன அறிவியல் தொழில் நுட்ப வளர்ச்சியின் உச்ச நிலையாகத் தானியங்கித் தொழில் நுட்பமும் "செயற்கை நுண்ணறிவு" தொழில் நுட்பமும் கருதப்படுகிறது. இவற்றினை மற்ற தொழில் நுட்பங்களைப்போல், அறிவியல் வளர்ச்சியின் ஒரு படிநிலையாக மட்டும் கருதமுடியாது. சமூகத்தில் பணிசார்ந்த பண்பாட்டிலும், பொதுப் பண்பாட்டிலும் இதன் தாக்கம் குறித்துச் சிந்திக்க வேண்டியது அவசியம்.

ஒரு செயலை ஒழுங்குடனும், கவனத்துடனும் அதி விரைவாகவும் திறம்படச் செய்து முடிக்கும் நோக்குடன் உற்பத்தி, சேவை, தகவல் தொடர்பு போன்ற துறைகளில் தானியங்கித் தொழில் நுட்பம் பயன்படுத்தப்பட்டு வருகிறது. வங்கிகளில் பணம் செலுத்துவது, பெறுவது, கணக்கு விபரங்களை அறிவது, கடன் விண்ணப்பங்களைப் பரிசீலனை செய்வது, பாஸ் புத்தகத்தில் பதிவிடுதல் போன்றவைகளை முன்பு வங்கி ஊழியர்கள் செய்ததை தற்போது இயந்திரங்களே செய்துவிடுகின்றன.

இதேபோன்று ஆதார், குடும்பஅட்டை, வாக்காளர் பதிவு, கடவுச்சீட்டு, வருமான வரித்தாக்கல் போன்றவை தானியங்கித் தொழில்நுட்பத்தின் வாயிலாகவே நிர்வகிக்கப் படுகின்றன. இதுமட்டுமல்லாமல் தகுதித்தேர்வு, போட்டித் தேர்வு, பல்கலைக்கழகத் தேர்வுகள் போன்றவற்றிற்காகப் பெறப்படும் லட்சக்கணக்கான விண்ணப்பங்களைக் குறிப்பிட்ட காலத்திற்குள் பரிசீலித்து, உரிய வினாத் தாள்களையும்

தயாரித்து, அதனை மதிப்பிட்டு, மதிப்பெண் வழங்கி வரையறுக்கப் பட்ட விதி முறைகளின்படி தகுதிப்பாடுடையவர்கள் பட்டியல் தயாரித்தல் போன்ற பணிகளுக்கும் தானியங்கித் தொழில்நுட்பமே பயன்படுத்தப்படுகிறது. ஒரு லட்சம் பணியாளர் தேவையான இடத்தில் கூட ஒரு சிலரை மட்டுமே பயன்படுத்தி அப்பணிகளை விரைவாக நிறைவேற்றிவிட முடியும்.

சேவைத்துறைகள், வணிகத் துறைகளில் மட்டுமே பயன்படுத்தப் பட்ட இந்தத் தொழில்நுட்பத்தினை தற்போது கட்டுமான நிறு வனங்களும் பயன்படுத்தி "சிறப்பு வீடுகள்" உருவாக்கி வழங்கி வரு கின்றன. வீட்டிற்கு வெளியே இருந்துகொண்டு அல்லது வெளியூரில் இருந்து கொண்டு, நம் வீட்டை நிர்வகிக்கவும் காவல் செய்யவும் முடியும். நம் வீட்டுப் பூஜை அறையில் விளக்கு ஏற்ற முடியும். செடிகளுக்கு நீர் பாய்ச்ச முடியும். வீட்டின் கதவு, ஜன்னல்களைத் திறக்கவோ, மூடவோ முடியும். குளிர்சாதனம், காற்றாடிகளை இயக்க முடியும். "மைக்ரோவேவ் ஓவன்", துவைக்கும் இயந்திரம் போன்ற உபகரணங்களையும் இயக்கலாம். வீட்டினை முழுவதுமாகக் கண்காணிக்கவும் காவலும் செய்ய முடியும். இவை அனைத்தும் கைபேசிக் கருவி வாயிலாகச் சாத்தியம். சென்னை, மும்பை, கல்கத்தா, பெங்களூர் உள்ளிட்ட நகரங்களில் இந்த "சிறப்பு வீடு களை" கட்டுமான நிறுவனங்கள் உருவாக்கித் தருகின்றன.

அடுத்தடுத்த வளர்ச்சி நிலைகள்தாம் நம்மை ஆச்சரியப்படுத்து கின்றன. தற்போது வாகன ஓட்டிகள் இல்லாமல் தானியங்கிக் கார்கள் புழக்கத்தில் உள்ளது. அந்த காரில் பயணியர் தங்கள் வீட்டின் விலாசத்தை உள்ளீடு செய்தால், அது நமது வீட்டு வாசலில் கொண்டு வந்து சேர்த்துவிடும். GPS-Car Navigation தொழில்நுட்பம் முறையில் இந்த கார்கள் இயங்குகின்றன. அமெரிக்கா, சுவீடன், ஜெர்மனி, பிரான்ஸ் போன்ற நாடுகளில் இதன் சோதனை ஓட்டம் நிறைவடைந்து விட்டன.

ஏரோமொபைல் என்ற நிறுவனம் 2018இல் தானியங்கிப் பறக் கும் கார்களை அறிமுகப்படுத்த உள்ளது. சாதாரண கார்போல தரையில் வேகமாக ஓடி பின்னர் குட்டி விமானம் போல் உயரக் கிளம்பி 400 மைல் தூரம் கொண்ட இடத்தினை விரைவாகச் சென்றடையக் கூடிய இந்த வாகனம் சாதாரண பெட்ரோலில் இயங்கும். இதேபோன்று சென்னை அண்ணா பல்கலைக்கழகமும் "ஆளில்லாக் குட்டி விமானம்" ஒன்றினையும் உருவாக்கி, மீட்புப் பணிக்கும், நில அளவைக்கும், பிற ஆய்வுகளுக்கும் பயன்படுத்தி வருகிறது.

விமானப் படையில் பயன்படுத்துவதற்காக "சி அவெஞ்சர் ரக" 100 விமானங்களை, இந்தியாவிற்கு அமெரிக்கா வழங்க உள் ளது. இதன் மதிப்பு சுமார் 6500 கோடி.

அன்றாட வாழ்வில் மனிதர்கள் செய்யும் வேலைகளை எல்லாம் இயந்திரங்கள் செய்யத் தொடங்கிவிட்டன. ஆனால் இந்த இயந்திரங்கள் மனிதன் இட்ட கட்டளைகளை மட்டும் செய்யும். தற்போதைய தொழில்நுட்பம் அதைக் கடந்துவிட்டது. "தானாகவே சிந்தித்துச் செயல்படும் "இயந்திர மனிதர்கள்" உருவாக்கப்பட்டு வருகிறது. செயற்கை நுண்ணறிவு தொழில் நுட்பத்தைப் பயன்படுத்தி இந்த இயந்திர மனிதர்கள் உருவாக்கப் படுகின்றது.

தீ விபத்து, ரசாயனக் கசிவு, அணு விபத்து போன்றவற்றால் பாதிக்கப்பட்ட இடங்களில் மீட்புப் பணிக்கும், சுத்தம் செய்யும் பணிக்காகவும், குரங்கு வடிவிலான "ரோபோ" ஒன்றினை கலிபோர்னியாவில் உள்ள "நாசா ஜெட் புரோபல்டின்" ஆய்வகம் உருவாக்கியுள்ளது.

மிகப்பெரிய பொருட்களைத் தூக்குவது மனிதர்களால் செய்ய முடியாத பல்வேறு பணிகளைச் செய்யும் ஆற்றல் கொண்ட "பீனிக்ஸ்" சக்தி வாய்ந்தது. ஒருமுறை சார்ஜ் செய்தால் தொடர்ந்து ஐந்து மணிநேரம் இயங்கும் இந்த ரோபோ 13 கிலோ எடை கொண்டது. இதனை மனிதன் மற்றும் இயந்திரத்தின் கலப்பினமாக உருவாக்கும் முயற்சி என்கின்றனர் நாசா விஞ்ஞானிகள்.

ஜப்பானில் "சாப்ட் வங்கி ரோபாட்டிக்கால்" தயாரிக்கப்பட்ட ரோபோவின் பெயர் "பெப்பர்". இது வணிக நிறுவனங்களில் வாடிக்கையாளர்களைக் கையாளப் பயன்படுத்தப்படுகிறது. இதன் சிறப்பு அம்சம் மனிதர்களின் உணர்வுகளைப் புரிந்து கொண்டு நம்முடைய மனநிலைக்கு ஏற்ப தன்னுடைய நடவடிக்கைகளை மாற்றிச் செயல்படும் தன்மை கொண்டது. அது மட்டுமல்லாது மனிதனைப் போல் சூழலுக்கு ஏற்ப தன்னுடைய முகபாவங்களை மாற்றி உணர்வை வெளிப்படுத்தும் தன்மையும் கொண்டது.

துபாயில் காவல்துறைப் பணியில் ரோபோக்கள் காவலர் உடையில் பயன்படுத்தப்படுகின்றன. மனிதர்களுக்கு "சல்யூட்" செய்கின்றன, கை குலுக்குகின்றன. தற்போது சோதனை முறையில் பயன்படுத்தப்படும் இந்த ரோபோக்கள் 2030ஆம் ஆண்டு முதல் முழுவதுமாகப் பயன்படுத்தப்படும் என துபாய் அரசு அறிவித்துள்ளது.

இந்தியாவில் ஜம்முகாஷ்மீர் எல்லையில் தீவிரவாதிகள் ஊடுருவலைத் தடுக்கவும், அத்து மீறல்களை ஒடுக்கவும், உயிர் சேதங்கள், காயங்களைக் குறைக்கும் வகையிலும் ரோந்து பணிகளுக்காக 544 ரோபோக்களை இந்திய ராணுவம் பயன்படுத்த அனுமதி பெற்றுள்ளது.

ஒரு ஆகாய விமானத்தைச் சுத்தம் செய்ய சுமார் 12 மணி நேரம் தேவைப்படும். ஆனால் Sky Wash என்ற ரோபோ இப் பணியை மூன்று மணிநேரத்தில் செய்து முடித்து விடுகிறது.

இதுபோன்ற ரோபோக்கள் "இயந்திர" நிலையில் இருந்து மேம்பட்டு "மனித" நிலை பெற்று மனிதர்களோடு மனிதர்களாக உறவு கொள்ளும் நிலையை அடைந்து வருவதாகவே கருதப்படுகிறது. வீட்டு வேலை செய்யவும், காவல் பணிக்கும், மருத்துவச் செவிலியராகவும், முதியோர்களை, குழந்தைகளைப் பாதுகாக்கவும், பராமரிக்கவும் செய்கின்றன. தனிப்பட்ட முறையில் நட்பிற்காகவும், கணவனாகவும், மனைவியாகவும் உறவு கொள்ளும், உணர்வூட்டப்பட்ட ரோபோக்களும்கூட உருவாக்கப்பட்டுள்ளன.

வடகொரியாவில் 1069 ரோபோக்கள் ஒன்றாகச் சேர்ந்து ஒரே மாதிரியாக, உடல் அசைவும், முகபாவனை காட்டியும் நடனமாடி "கின்னஸ் சாதனை" படைத்துள்ளன. பேஸ்புக் நிறுவனத்தின் Face book AI Research (FAR) ஆராய்ச்சிக் கூடத்தில் இருக்கும் இரண்டு செயற்கை நுண்ணறிவு கொண்ட "பாப்" மற்றும் "அலைஸ்" என்ற பெயர்கொண்ட இரண்டு ரோபோக்கள் தங்களுக்குள் பேசிக் கொண்டதைக் கண்டு அறிவியல் அறிஞர்கள் அதிர்ச்சி அடைந்துள்ளனர்.

கலிபோர்னியாவில் உள்ள நைட்ஸ்கோப் K5 (NightscopeK5) என்ற நிறுவனம் 135 கிலோ எடையும் 5 அடி உயரமும் கொண்ட ஒரு ரோபோவை தயாரித்து வாஷிங்டன் நகரில் ஒரு வணிக வளாகத்தில் காவலராகப் பணியில் அமர்த்தியது. இது பணிச் சுமையின் காரணமாக திடீர் என்று வேகமாக நடந்து சென்று ஒரு குளத்தில் குதித்துத் தற்கொலை செய்து கொண்ட சம்பவமும் நிகழ்ந்துள்ளது.

ஜப்பானில் உள்ள மனித இயல் தானியங்கி நிறுவனமான மிட்சுபீஷி "இது ஒரு புதிய யுகம் மலரும் தருணம். மனிதர்களும், தானியங்கிகளும் சேர்ந்து வாழும் நிலை உருவாகியுள்ளது" என்கிறது. கொரியாவில் 2020க்குள் வீட்டிற்கு ஒரு "செயற்கை அறிவாளி" என்ற இலக்கு கொண்டுள்ளது. "மனிதர்கள் மூளையால் செய்யக்கூடிய பெரும்பாலான வேலைகளை "செயற்கை மூளைக்கு" மாற்றியாக வேண்டும், என்பது பேஸ்புக் நிறுவனத் தலைவர் மார்க் ஜூகர் பெர்க்கின் கருத்து. "செயற்கை அறிவூட்டல் என்பது இயற்கைக்கு எதிரானது. இதை முறைப்படுத்தத் தவறினால் இந்த இயந்திரங்கள் பூமியை தங்கள் கட்டுப்பாட்டில் எடுத்துக்கொள்ளும். அழிவுக்காலம் ஆரம்பமாகும்" என்று உலகப் புகழ்பெற்ற "டெஸ்லா" என்ற நிறுவனத்தின் தலைமை நிர்வாகி எலான்மஸ்க் என்பவரின் வாதம்.

மேற்காசிய நாடுகளில் ஒன்றான சவூதி அரேபியாவில் "ஹியுமனாய்டு ரோபோ" என்ற வகையைச் சேர்ந்த "சோபியா" என்று

பெயரிடப்பட்ட ரோபோவிற்கு அந்த நாடு குடியுரிமையும் வழங்கி யுள்ளது. உலகில் முதல் முறையாக மனித இனம் தவிர்த்த மனித இனத்திற்கு மாற்றாகக் கருதப்படும் "ரோபோ" குடியுரிமை பெற்றுள் ளது!

அணுவுக்குப் பேரழிவையும், உயிரிழப்பையும் ஏற்படுத்தும் ஆற்றல் இருக்கிறது என்று தெரிந்த பிறகும் 20ஆம் நூற்றாண்டின் முற்பகுதியில் அந்த ஆராய்ச்சி தொடர்ந்ததுபோல "செயற்கை அறிவாற் றலைப் படிப்படியாக மேம்படுத்தி மனித மூளை, நரம்பு மண்ட லத்தை அடிப்படையாகக் கொண்ட ரோபோவை உருவாக்கும் முயற் சியை புகழ்பெற்ற ஜியாப்ரி ஹின்டன் போன்ற ஆய்வாளர்கள் தொடர்கின்றனர்."

கடந்த பத்து ஆண்டுகளில் தொழிற்சாலைகளில் ரோபோக் களின் பயன்பாடு 72சதவீதம் அதிகரித்துள்ளது, ஐரோப்பாவில் கிட்டத்தட்ட 65 சதவீதம் நாடுகளில் அதிக அளவில் ரோபோக் களைப் பயன்படுத்தி வருகின்றன. 3 லட்சத்து 10ஆயிரம் ரோபோக் களைப் பயன்படுத்தி ஜப்பான் முதலிடத்தில் உள்ளது. 1 லட்சத்து 68 ஆயிரம் ரோபோக்களைப் பயன்படுத்தி அமெரிக்கா இரண் டாவது இடத்தில் உள்ளது. நமது இந்தியாவில் 7 ஆயிரத்து 840 ரோபோக்கள் செயல்பாட்டில் உள்ளது. 2019இல் 14 லட்சம் ரோபோக்கள் பயன்பாட்டில் இருக்கும் எனக் கணிக்கப்பட்டுள்ளது.

இந்த ரோபோ பயன்பாட்டினால் உலக அளவில் சராசரியாக 100 இல் 40 பேருக்கு வேலை இழப்பு ஏற்படும். இந்தியாவில் 2017 இல் 18 மில்லியன் பேருக்கு வேலை இழப்பு ஏற்படலாம் எனக் கணிக்கப்பட்டுள்ளது. வேலை இழப்பைவிட வேறு பல இழப்பு களும் மனித குலத்திற்கு ஏற்படும் அபாயம் உள்ளதால் சிந்திக்க வேண்டிய தருணம்!

தினமணி

1.11.2017

தமிழர்களின் மரபுவழித் திருநாள்

பொங்கல் திருநாள் என்பது சமயச் சார்பற்ற, உழவை முதன்மைப்படுத்தும் பண்டிகை! உழவர்கள் பூமி, சூரியன், நீர்நிலைகள் போன்ற இயற்கை அமைவுகளுக்கும், தம் வாழ்வோடு இணைந்த கால்நடைகளுக்கும், நன்றி தெரிவிப்பதற்காகவும் மழைவளம் வேண்டுவதற்காகவும் நடத்தப் பெறும் விழாவாகவும் உள்ளது. தமிழர் மரபில் சங்ககாலம் தொட்டே, அதாவது கி.மு. 2ஆம் நூற்றாண்டு முதலே பொங்கல் திருநாள் வெவ்வேறு வடிவங்களில் வழமைகளில் தமிழ் நிலத்தில் நிலை பெற்றுள்ளதற்கான குறிப்புகள் காணப்படுகின்றன!

'அலங்கு செந்நெல் கதிர் வேய்ந்த பாய் கரும்பின் கொடிக்கீரை சாறு கொண்ட களம்போல' என்று குறுங்கோழியூர் கிழார் எனும் புலவர் அறுவடை விழாவை சாறு கண்ட களம் என வருணிக்கிறார். கி.பி.9ஆம் நூற்றாண்டைச் சார்ந்த சீவக சிந்தாமணி பொங்கல் பற்றி "மதுக்குலாம் அலங்கல் மாலை மங்கையர் வளர்த்த செந்நீப் புதுக்கலத்து எழுந்த தீம்பால் பொங்கல்" எனப் பொங்கலைக் குறிப்பிடுவதில் இருந்தே அதன் தொன்மையை அறியலாம்.

சங்க காலத்தில் பெண்கள் மார்கழி மாதம் முப்பது நாட்களும், மழைவளம் வேண்டியும் பயிர் வளம் வேண்டியும், நல்ல கணவன் அமையப்பெற வேண்டும் என்பதற்காகவும் 'பாவை நோன்பு' என்ற விரதம் இருந்து, தை

முதல் நாள் விரதத்தைக் கலைத்து நீராடி அறுசுவை உணவு சமைத்து உண்பர். இதனை "தை நீராடல்" என்பர். தை நீராடல் குறித்து பரிபாடல் "தாயருகா நின்று தவத்தைநீராடல் நீயுரைத்தி வையை நதி" என்கிறது. திருமணம் ஆகாத கன்னிப் பெண்கள் தாய்மார் அருகில் நின்று வைகையில் தை நீராடி சிறந்த கண வனைப் பெற வேண்டும் என்பதற்காகவும் பழந்தமிழர் இந்தத் திரு நாளைக் கொண்டாடினர். "தையில் நீராடி தவம் தலைப்படுவாயோ" என்கிறது கலித்தொகை. ஆண்டாளின் திருப்பாவையும், மாணிக்க வாசகரின் திருவெம்பாவையும் இதனை விரிவாக விளக்குகிறது. பல்லவர் ஆட்சிக் காலத்தில் (கி.பி.400 -கி.பி.800) "தை நீராடல்" தமிழ்நிலத்தில் சிறப்பு வாய்ந்த பண்டிகையாகத் திகழ்ந்தது.

"பாவை நோன்பு" காலத்தில் பால் மற்றும் பால் பொருட்களை கன்னிப் பெண்கள் உண்ண மாட்டார்கள். தலைக்கு எண்ணெய் வைக்காமலும் கண்ணுக்கு மையெழுதாமலும் இருப்பர். மார்கழி மாதம் முழுவதுவும் வாசலில் கோலமிட்டு கோலத்தின் மையத்தில் சாணம் வைத்து அதில் பூசணிப் பூவைச் செருகுவர். ஒவ்வொரு நாள் மாலையிலும் பூவோடு சேர்த்து சாணத்தினை வறட்டியாக்குவர். தை மாதம் பிறந்த உடன் அதன்மேல் கற்பூரம் ஏற்றி ஆறு, ஏரி, குளம் இவற்றில் நீராடித் திரும்புவர்.

பொங்கல் திருநாள் குறித்த பழந்தமிழரின் அறிவியல் நோக்கை யும் நாம் கருதிப் பார்க்க வேண்டும். சூரியன் தை மாதத்தில் இருந்து ஆனி மாதம் வரை ஆறுமாதம் தெற்கில் இருந்து வடக்கு நோக்கி நகர்கிறது. இதை "உத்தராயண காலம்" என்றும் ஆடிமாதம் முதல் மார்கழி வரை வடக்கில் இருந்து தெற்கு நோக்கி நகர்கிறது. இதை "தட்சிணாயாணம்" என்றும் கணித்து "உத்தராயண காலத் தின் தொடக்கத்தினையே", அதாவது தை முதல் நாளையே சூரியனை வணங்கும் பொங்கல் பண்டிகை என்னும் "அறுவடை" நாளைக் கொண்டாடுகின்றனர். ஆண்டின் முதல் அறுவடை என்ற வகையில் இதனை 'புதுயீடு' என்றும் சோழர் கல்வெட்டுகள் கூறுகின்றன.

இந்தப் பொங்கல் நாளுக்கு முதல் நாள் போகிப் பண்டிகை. இந்திரனுக்கு "போகி" என்ற பெயரும் உண்டு. எனவே இந்திரனுக்கு உரிய இந்திர விழாவாகவும் இருந்திருக்கக் கூடும் எனக் கருதப் படுகிறது. மழைவளம் வேண்டி இந்திரனை வழிபடும் வழக்கமும் இருந்துள்ளது. இந்திரனுக்கு உரிய ஆயுதம் "கரும்பு வில்" அதன் காரணமாகவே பொங்கல் பண்டிகையில் கரும்பு முதன்மையிடம் பெறுகிறது.

போகியை "பலராமன் விழா" என்றும் சொல்வார்கள். பலராமனைப் 'போகி' என்று அழைக்கும் வழக்கம் இருந்ததாகப் பாண்டியர்களின் செப்புப் பட்டயம் குறிப்பிடுகிறது. பலராமனின்

ஆயுதம் "கலப்பை", பலராமனை விவசாயத் தெய்வமாக வழிபடும் மரபும் சங்ககாலத்தில் இருந்துள்ளது.

பொங்கல் விழாவின் ஒரு அங்கமாக உழவர்கள் மார்கழி மாதத்தில் தைப் பொங்கலுக்கு முன்னர் "புதிர் எடுத்தல்" என்ற நிகழ்வை நிகழ்த்துவர். குடும்பத் தலைவன், காலையில் நீராடி, குல தெய்வத்தினை வணங்கி வயலின் வரப்பில் 'பிள்ளையார் பிடித்து வைத்து' பூ, பழம், பாக்கு வெற்றிலை படைத்து, தேங்காய் உடைத்து அறுவடைக்குத் தயாராக இருக்கும் நெற்கதிரை சிறிதளவு வெட்டி, வீட்டிற்குக் கொண்டு வருவார்கள். அதை மனையாள் வாங்கி வீட்டின் கூடத்திலோ, தெய்வத்தை வழிபடும் இடத்திலோ கட்டித் தொங்கவிடுவர். அது அடுத்த வருடம் கதிர் எடுக்கும் வரை அங்கு தொங்கிக் கொண்டிருக்கும்.

கதிர் எடுப்பதன் மூலம் அந்த வருடம் முழுவதுவும் தானியத் திற்கு குறைவு இருக்காது என்பது நம்பிக்கை. மிகுதியாக உள்ள நெற்கதிர்களை அரிசியாக்கி அந்தப் புத்தரிசியைப் பயன்படுத்தி, புதுப் பானையில் பொங்கலிடுவது வழக்கம். அதுவரை களத்து மேட்டில் நெற்கதிர்கள், நெல் பிரிக்கப்படாமல் குவியலாகக் கிடக் கும்.

பொங்கலின்போது, படைக்கப்படும் பொங்கல் பச்சரிசி, பால், வெல்லம் அல்லது இலுப்பை பூ, உளுந்து அல்லது பச்சைப் பயிறு, வாழைப்பழம் போன்றவற்றைக் கொண்ட இனிப்புப் பொங்கலாகும். சோழர்காலம் வரை அதாவது 13ஆம் நூற்றாண்டு வரை பொங்கல் இதே கூறுகளைக் கொண்டு, "அக்கார அடிசில்" எனப்பட்டது. அதன் பின்னர்தான் முந்திரி, திராட்சை, ஏலக்காய் சேர்க்கப்பட்டன.

பொங்கலிடும்போது அரிசியைப் பானையில் இடுதல், அது பொங்குதல், பொங்கி வழியும் திசை, நிறைவு செய்தல் எல்லாமே மங்கலக் குறியீடாகவே பார்க்கப்படும் மரபு இன்னும் தொடர்கிறது. பொங்கலோடு சிறு கிழங்கு, பனங்கிழங்கு என ஐந்து வகைக் கிழங்குகளும், பூசணி, மொச்சை, புடலை, சுரைக்காய், கத்தரிக்காய் என ஐந்துவகைக் காய்கறிகளும் படைக்கப்படும்.

பொங்கலுக்கு முன் பூளைப் பூ, பிரண்டை, ஆவாரம் பூ, எருக்கம் பூ கொண்டு காப்புக் கட்டும் வழக்கம் உள்ளது. பொங்கல் பண்டி கையில் பூளைப் பூ முதன்மையிடம் பெறுகிறது. நிகண்டு "பூளை வெற்றிப் பூவாகும் மே" என்று குறிப்பிடுகிறது. "ஏரார் இரும்பூளை இடங்கொண்ட ஈசனே" என்று ஞானசம்பந்தர் தேவாரம் குறிப் பிடுகிறது.

பொங்கல் விழா தமிழ்நிலத்தில் மரபு வழியாக உழவர்களின் அறுவடை விழாவாக, இயற்கை சக்திகள் தவிர பயிர், தாவரங்களில்

குடியிருக்கும், ஆவிகள், சிறு தெய்வங்கள், குல தெய்வங்கள் போன்ற வற்றிற்கு நன்றி கூறும் விழாவாக நிலைபெற்றிருக்கிறது. “பொங்கல்” தமிழ்நாட்டிலும், தமிழர்கள் வாழும் வெளிநாடுகளிலும் கொண் டாடப்படுகிறது.

ஆந்திராவில் “மகா சங்கராந்தி” என்றும் பஞ்சாப், ஹரியானா வில் ‘லோஹ்ரி’ என்ற பெயரில் கோதுமை அறுவடைத் திருவிழா வாகவும் அஸ்ஸாமில் ‘மாஹ் பிகு’, ‘புகுலி பிகு’ என்ற பெயரில் நெல் அறுவடைத் திருவிழாவாகவும் கொண்டாடப்படுகிறது!

இதில் உள்ள மற்றொரு பண்பாட்டுச் சிறப்பு என்னவென்றால் பிறப்பு, இறப்பு தீட்டுகளால் பாதிக்கப்படாத பண்டிகையாக இந்த அறுவடைத் திருநாள் கருதப்படுகிறது, உழவனே உலகிற்கு உயிர் கொடுப்பவனாக உலகே போற்றியது. ‘மேழி பிடிக்கும் கைவேல் வேந்தர்க்கு நோக்குங்கை’ என்று பாடுகிறார் கம்பர். “உழுதுண்டு வாழ்வாரே வாழ்வார்” என்கிறார் வள்ளுவர். “வரப்புயர நீருயரும்” என்கிறார் ஔவை. “உழவுக்கும் தொழிலுக்கும் வந்தனை செய் வோம்” என்கிறார் மகாகவி.

தினத்தந்தி
12.1.2018

ஆளுக்கொரு நூலகம்...

நூலகங்கள் அறிவுக் களஞ்சியமாகவும், அறிவுத் தேடலின் ஆதாரமாகவும் திகழ்கின்றன. வாழ்வின் சாரமும், அனுபவங்களின் சாளரமாகவும் நூலகங்கள் உள்ளன. நூல்களின் வாயிலாகக் கற்றுக் கொள்வதும், கண்டடைவதும் நமது பண்பாடாக இருக்கிறது. நாம் நூல்கள் வழியாகவே இந்த உலகைப் பார்க்க முற்படுகிறோம். வாழ்வின் விழுமியங்களை ஏற்படுத்திக் கொள்கிறோம். வாழ்வை ரசிக்கவும், ருசிக்கவும் நூல்களே நமக்குக் கற்றுக் கொடுக்கின்றன. ஒரு நூல் ஒவ்வொருவருக்கும் ஒவ்வொரு விதமான அனுபவங்களைத் தருகிறது. உணர்வுகளை ஊட்டுகிறது. ஆழ்ந்த வாசிப்பு நம்மை தியான நிலையை அடையச் செய்கிறது.

“எனக்கு வேறு எந்தச் சுதந்திரமும் வேண்டாம். சிறையில் புத்தக வாசிப்பை மட்டும் அனுமதிக்க வேண்டும்” என்றார் நெல்சன் மண்டேலா. “என் மனம் விரும்பும் நூல்களைக் கொடுங்கள். வாழ்நாள் முழுவதுவும் சிறையில் வாழச் சம்மதிப்பேன்” என்றார் மாஜினி. அம்பேத்கரிடம் லண்டனில், “நீங்கள் எங்கே தங்க விரும்புகிறீர்கள்” என்று கேட்டபோது “நூலகங்களுக்கு அருகில் தங்குவதே என் விருப்பம்” என்று கூறினார். “சொர்க்கம் என்பதே ஒரு நூலகம்தான்” தான் என்றார் பெர்னாட்ஷா. “ஒரு நூலகம் திறக்கப்படுகின்றபோது ஒரு சிறைச்சாலை மூடப்படுகிறது” என்றார் அண்ணா! சார்லி சாப்ளின் ஒவ்வொரு படம் நடிக்க ஒப்புக் கொள்ளும்போது, அதன்

முன் பணத்தில் நூறு டாலருக்குப் புத்தகங்கள் வாங்குவதை வழக்க மாகக் கொண்டிருந்தார்.

மனித இனத்தின் ஆகப்பெரும் ஆகிருதியாக நூலகம் உள்ளது. இந்த நூற்றாண்டில் நம் முன் ஓங்கி ஒலித்த இரண்டு முழக்கங்கள். "மழை வளம் பெற மரம் வளர்ப்போம்", "மன வளம் பெற நூலகம் அமைப்போம்"

இந்திய அரசியல் வரலாற்றில் அக்பருக்குத் தனி இடம் உண்டு. அக்பருக்கு எழுதப்படிக்கத் தெரியாது என்பது உண்மைதான் என் றாலும் அவருடைய அரண்மனையில் மிகப்பெரிய நூலகம் இருந் தது. அக்பரின் தந்தை ஹீமாயுன் தன் மாளிகையையே ஒரு நூலக மாக மாற்றியிருந்தார்!

வசதி படைத்தவர்களும், செல்வந்தர்களும், ஜமீன்களும் அரிய நூல்களைச் சேகரித்து, தங்கள் வீடுகளில் ஒரு நூலகத்தை உருவாக்கி வைத்திருந்தார்கள், இது தங்களுக்கு உதவாவிட்டாலும் தங்கள் வாரிசுகளுக்கு உதவும் என்று நம்பினார்கள்.

மெசபடோமியர்கள் என்று அழைக்கப்பட்ட தற்போதைய ஈராக்கியர்கள்தான் உலகில் முதன்முதலில் "நூலகம்" என்ற அமைப் பினை முறையாக ஏற்படுத்தியவர்கள். இதற்குப் பிறகு ரோமானி யர்கள்தான் பொது நூலக முறையை முதன்முதலில் அறிமுகப் படுத்தியதாக அறியப்படுகிறது. இதில் ஜூலியஸ் சீசரின் பங்கு மிக அதிகமாக இருந்தது. வசதி படைத்தவர்கள் பலரிடம் உதவிபெற்று கி.மு. 4ஆம் நூற்றாண்டில் பல பொது நூலகங்களைத் திறந்துள்ளார்.

அமெரிக்காவில் உள்ள "லைப்ரரி ஆப் காங்கிரஸ் நூலகமே" உலகின் மிகப் பெரிய நூலகமாகத் திகழ்கிறது. 1800 இல் தொடங்கப் பட்ட இந்த நூலகத்தில் சுமார் ஆறுகோடி கையெழுத்துப் பிரதிகள், லட்சக்கணக்கான நூல்களும் ஒலிஒளி நாடாக்களும் உள்ளன.

இங்கிலாந்தில் 1602இல் தொடங்கப்பட்ட ஆக்ஸ்போர்டு பல்கலைக்கழகத்தில் உள்ள போட்லியன் நூலகமே உலகின் மிகப் பெரிய பல்கலைக்கழக நூலகமாகும். அங்கு 11 மில்லியன் நூல்கள் உள்ளன.

நமது இந்தியாவைப் பொறுத்தவரையில் நாளந்தா, தட்சசீலம், விக்கிரமசீலா நூலகங்களும், கி.பி. 2ஆம் நூற்றாண்டில் ஆந்திராவில் நாகர்ஜூன அரசன் உருவாக்கிய "நாகார்ஜூன வித்யா பீடமும்", தொன்மை வாய்ந்தவை. நாகார்ஜூன வித்யா பீட நூலகத்தில் 5 மாடிகளும் 1500 அறைகளும் இருந்ததாக அறியப்படுகிறது.

கல்வெட்டில் கிடைத்துள்ள ஆதாரங்களின்படி கி.பி.1122களில் சோழர் காலத்தில், தஞ்சை சரஸ்வதி மஹால் நூலகம், சரஸ்வதி

பண்டாரகம், புத்தகப் பண்டாரகம் என வழங்கப்பட்டது. இந்த நூலகத்தில் பணியாற்றியவர்கள் சரஸ்வதி பண்டாரிகள் என அழைக்கப்பட்டனர். இந்தியாவின் தொன்மையான நூலகங்களில் ஒன்றான இந்த நூலகத்தில் தமிழ், தெலுங்கு, சமஸ்கிருதம், ஆங்கிலம், பிரெஞ்சு, செருமன், கிரேக்கம், இலத்தின் முதலிய மொழிகளில் உள்ள ஓலைச் சுவடிகளும், கையெழுத்துப் பிரதிகளும், அச்சுப் பிரதிகளும் உள்ளன. 1918இல் தஞ்சை மராட்டிய மன்னரின் வாரிசுகள் இந்த நூலகத்தினை அரசிடம் ஒப்படைத்தனர்.

நமது இந்தியாவைப் பொறுத்தவரையில் 1838இல் தொடங்கப் பட்ட கொல்கத்தாவில் உள்ள தேசிய நூலகம் 30 ஏக்கர் பரப்பில், 25 லட்சத்திற்கும் மேற்பட்ட நூல்களைக் கொண்ட மிகப்பெரிய நூலகம் என்ற சிறப்பினைப் பெறுகிறது. இதே போன்று கொல்கத்தா பல்கலைக்கழகத்தின் மைய நூலகமும் புகழ்பெற்றது. தர்பங்கா மகாராஜாவின் ஆதரவில் இந்த நூலகம் உருவாக்கப்பட்டது.

இந்திய அரசும், யுனெஸ்கோ நிறுவனமும் இணைந்து 1951இல் உருவாக்கிய டெல்லி பொது நூலகம் ஆசியாவிலேயே மிகவும் சுறுசுறுப்பான பொது நூலகம் என அறியப்படுகிறது.

மதராஸில் நூலகம் உருவான கதை சுவையானது. 1661இல் மதராஸில் குடியேறிய ஆங்கிலேயர்கள் தங்கள் தேவைக்கு ஒரு நூலகம் வேண்டும் என விரும்பினார்கள். தலைமை மதகுரு ஒயிட்ஃபீல்ட் அப்போதைய மதராஸ் கவர்னரையும், வணிகர் களையும் அணுகி தம்முடைய வேண்டுகோளினை முன் வைத்தார். கவர்னர், வணிகர்களிடமும், பிரமுகர்களிடம் நிதி திரட்டி, அந்த நிதியில் 'கேலிகோ' துணிவாங்கி கிழக்கிந்தியக் கம்பெனிக்கு அனுப்பி வைத்தார். அந்தத் துணிக்கு மாற்றாக 28 பவுண்ட், 10 ஷில்லிங் மதிப்பிற்கு கம்பெனி புத்தகங்களை அனுப்பியது. அந்தப் புத்தகங் களைக் கொண்டு புனித ஜார்ஜ் கோட்டையில் உருவாக்கப்பட்டது தான் மதராஸ்ஸின் முதல் நூலகம். அது பொதுமக்களுக்கான நூலகம் அல்ல. மத குருமார்களுக்கும், கம்பெனி அலுவலர்களுக்கும் மட்டுமே!

அதன் பிறகு 1671இல் மசூலிப்பட்டிணத்தில் ரேன்க் பென்னி வால்டர் ஜூக் என்ற மதகுரு மரணம் அடைந்தவுடன் அவர் வசம் இருந்த நூல்கள் கம்பெனியின் அறிவுறுத்தல்படி கோட்டைக்குக் கொண்டுவந்து சேர்க்கப்பட்டது. 1675ஆம் ஆண்டு கம்பெனி இயக்குநர்கள் மதராஸ் கவுன்சிலுக்கு (கவர்னர் உள்ளிட்ட உறுப்பி னர்கள்) ஒரு கடிதம் எழுதினார்கள். அதில் கோட்டையில் உள்ள நூல்களைப் பட்டியல் தயாரித்து, வாசகர்களுக்கு நூல்களை இரவல் கொடுத்து வாங்க உத்தரவிட்டது. இதற்கு தலைமை மதகுருவே பொறுப்பு! புத்தகம் இரவல் வாங்குபவர்கள் ஒரு பகோடா பணம்

செலுத்த வேண்டும். இதுவே வாசகர்களுக்கு நூல்களை இரவல் கொடுத்து வாங்கும் நடைமுறைக்கு அடித்தளம் எனலாம். இதன் அடிப்படையில் அந்த மதகுருவே மதராஸ் மாகாணத்தின் முதல் நூலகர்!

1860இல் மெட்ராஸ் மாகாணத்தில் அருங்காட்சியகத்தின் ஒரு பகுதியாக சிறு நூலகம் ஒன்றினை கேப்டன் ஜான்மிட்செல் தொடங்கினார். இங்கிலாந்தின் எய்லிபரி கல்லூரியில் மிகையாக இருந்த நூற்றுக்கணக்கான நூல்களை அந்த நூலகத்திற்கு அளித்தார்கள். 1890 வரை அந்த நூலகம் அருங்காட்சியகத்தின் கட்டுப்பாட்டில் இருந்தது. பின்னர் 1890இல் அப்போதைய மெட்ராஸ் கவர்னர் கன்னிமாரா பிரபு, மெட்ராஸ் மாகாணத்திற்கு ஒரு பொதுநூலகம் தேவை என உணர்ந்து அதற்கு அடிக்கல் நாட்டினார். 1896ஆம் ஆண்டு அந்த நூலகம் பொதுமக்களுக்காகத் திறக்கின்றபோது கன்னிமாரா பிரபு கவர்னராக இல்லை என்றாலும் அவருடைய பெயரே அந்த நூலகத்திற்கு சூட்டப்பட்டது! தற்போது கன்னிமாரா நூலகம் தேசத்தின் நான்கு களஞ்சிய நூலகங்களுள் ஒன்றாகத் திகழ்கிறது.

ஸ்டீல் ஆல்காட் என்ற அமெரிக்கர் அடையாறில் ஓய்வு இல்லம் அமைத்துத் தங்கியிருந்தார். இவர் ஒரு சுற்றுலாப் பிரியர். இவர் உலகம் முழுவதுவும் பயணம் செய்து, அரிய ஓலைச் சுவடிகள், தொன்மையான நூல்கள் பலவற்றைச் சேகரித்து, தனது இல்லத்திலே 1886இல் ஒரு நூலகத்தினை தனக்காக நிறுவினார். பல அரிய நூல்களைக் கொண்ட அந்த நூலகம் தற்போது அடையாறு பிரம்ம ஞான சபையின் பராமரிப்பில், "அடையாறு நூலகம்" என அறியப்பட்டு, செயல்பட்டு வருகிறது.

1847இல் தொடங்கப்பெற்ற கீழ்த்திசை கையெழுத்துப் பிரதிகள், ஓலைச்சுவடி நூலகம், 1914இல் தொடங்கப்பெற்ற சென்னைப் பல்கலைக்கழக நூலகம், ரிப்பன் கட்டிடத்தில் இயங்கும் "சுங்குவார் நகராட்சி நூலகம்", உ.வே.சா. நூலகம், மறைமலை அடிகள் நூலகம், ரோஜா முத்தையா நூலகம் போன்றவை தனித்தன்மை கொண்ட நூலகங்களாகத் திகழ்கின்றன.

ரோஜா முத்தையா தன் வாழ்நாள் முழுவதுவும், முனைந்து சேகரித்து வைத்திருந்த அரிய நூல்களைக் கொண்டு தனிப்பட்ட முறையில் 1994இல் நிறுவப்பட்டதுதான் "ரோஜா முத்தையா நூலகம்"! தெ.பொ.மீ., ஏ.கே.ராமானுஜன், ஐராவதம் மகாதேவன் போன்ற ஆளுமைகள் சேகரித்து வைத்திருந்த நூல்கள் உட்பட மூன்று லட்சம் வகைமைகளைக் கொண்டது. தெற்காசியாவிலேயே தனித்துவமான தமிழ் நூல்களைக் கொண்ட நூலகம் என்ற சிறப்பினையும் இந்த நூலகம் பெறுகிறது.

2010இல் தொடங்கப்பெற்ற சென்னை, அண்ணா நூற்றாண்டு நூலகம் ஆசியாவில் மிகப்பெரிய நூலகங்களில் ஒன்றாகவும், யுனெஸ்கோவின் உலக இணைய மின் நூலகத்துடன் இணைக்கப் பட்ட நூலகமாகவும் திகழ்கிறது!

சுதந்திர இந்தியாவின், முதன்முதலில் பொது நூலகங்களை அங்கீகரித்து 1948இல் சட்டம் இயற்றிய முதல் மாநிலம் தமிழ்நாடு தான். இதனை அடுத்து ஆந்திர மாநிலமும் (1960) கர்நாடக மாநிலமும் (1965) சட்டம் இயற்றின என்றாலும் இதுவரை 19 மாநிலங்கள் மட்டுமே இதுபோன்ற சட்டங்களை இயற்றியுள்ளன.

இந்தச் சட்டத்தின் அடிப்படையில் தமிழ்நாட்டில் 1972இல் பொது நூலக இயக்ககம் உருவாக்கப்பட்டது. இந்த இயக்கத்தின் கீழ் 32 மாவட்ட நூலகங்கள், 1664 கிளை நூலகங்கள், 10 நடமாடும் நூலகங்கள், 1795 கிராம நூலகங்கள், 539 பகுதிநேர நூலகங்கள் கன்னிமாரா பொதுநூலகம் என்று மொத்தம் 4042 நூலகங்கள் செயல்படுகின்றன.

இந்த வளர்ச்சிப் பரிமாணத்தின் ஒரு மைல்கல்லாக, நூலகம் அமைத்தல், நிர்வகித்தலில் அறிவியல் பூர்வமான நடைமுறைகள் கடைப்பிடிக்கப்பட்டன. இதன் முன்னோடி தமிழ்நாட்டைச் சேர்ந்த நூலகர் எஸ்.ஆர்.ரங்கநாதன். இவர் கோலன் பகுப்புமுறையில் நூலகப்பட்டியல் தயாரிப்பது, பயன்படுத்துவது, குறித்த முறையை அறிமுகம் செய்து, நூலகங்களுக்கான ஐந்து கோட்பாடுகளையும் வகுத்துத் தந்ததோடு 1939இல் நூலக மாதிரிச் சட்டத்தை இயற்றினார். இவரின் முயற்சியில்தான் சென்னை பொதுநூலகச் சட்டம் நிறைவேற்றப்பட்டது. இந்தச் சட்டத்தின்படி உள்ளாட்சி நிறுவனங்கள், வசூல் செய்யும் சொத்துவரியில் 10 சதவீதம் நூலகத் துறைக்கு வழங்கப்படுகிறது.

எஸ்.ஆர்.ரங்கநாதன் (1892) இந்திய நூலகத்துறையின் தந்தை என்று போற்றப்படுவதுடன் இவருடைய பிறந்த தினமான ஆகஸ்ட் 12ஆம் நாளை தேசிய நூலகர் தினமாக ஆண்டுதோறும் கொண் டாடப்பட்டு வருகிறது.

2000ஆம் ஆண்டில் தொடங்கிய தகவல் தொழில்நுட்ப மறு மலர்ச்சி நூலகத் துறையிலும் புதிய பரிணாமத்தினைத் தொடங்கி வைத்துள்ளது. குறிப்பாக நூலகத் துறையில் எண்ணியல் தொழில் நுட்பம், தானியங்கி தொழில்நுட்பம், வலைப்பின்னல் தொழில் நுட்பம், “நூலகம்” என்ற மரபார்ந்த சிந்தனையில் இருந்து வேறு ஒரு தளத்திற்குக் கொண்டு சென்றுள்ளது. தற்போது தனியார் பதிப்பகங்கள், நிறுவனங்கள் அச்சு வடிவில் நூல்களைப் பதிப்பிப் பதைப் போலவே மின் நூல்களையும் வெளியிட்டு வருகின்றன.

எல்லோரும் எப்போதும் பயன்படுத்தவும், பதிவிறக்கம் செய்து கொள்ளும் வகையிலும் நடுவண் அரசால் தேசிய எண்ணியல் நூலகம் தொடங்கப்பட்டுள்ளது. இது புதிய தலைமுறையினருக்கான நூலகமாகத் திகழும். இந்த நூலகத்தில் அச்சுப்பிரதியாக உள்ள நூல்களை எண்ணியல் மயமாக்கப்பட்டு வழங்கி வருகிறது. இது வரை தமிழ் உட்பட 70 மொழிகளில் 3 லட்சம் ஆசிரியர்கள் எழுதிய 7 லட்சம் நூல்களும், 2 லட்சம் ஆசிரியர்கள் எழுதிய 3 லட்சம் கட்டுரைகளும் பதிவேற்றப்பட்டு மக்களால் பயன் படுத்தப் பட்டு வருகிறது.

இந்தியாவில் உள்ள பல்வேறு பல்கலைக்கழகங்கள், கல்லூரிகள், நிறுவனங்களுக்கு பட்டப்பேற்றிற்காக வழங்கப்பட்ட 95 ஆயிரம் ஆய்வேடுகளும் இந்த எண்ணியல் நூலகத்தில் உள்ளன. இதுதவிர தமிழ் மற்றும் ஆங்கில மொழிகளில் 622 ஒலி உரைகளும், 18 ஆயிரம் காட்சி உரைகளும் உள்ளன. ஆரம்பப் பள்ளியில் படிப்ப வர்கள் தொடங்கி ஆராய்ச்சிப் படிப்பு படிக்கும் மாணவர்கள் வரை இவற்றை இலவசமாகப் பயன்படுத்தலாம்.

இதேபோன்று நாட்டில் உள்ள முதன்மையான நூலகங்களை எல்லாம் இணையத்தின் வாயிலாக வலைப்பின்னல் தொழில்நுட்பம் மூலம் இணைக்கப்பட்டும் வருகிறது. தமிழ்நாட்டில் உயர்கல்வித் துறையின் கீழ் உள்ள பல்கலைக்கழக நூலகங்களை எல்லாம் இதன்படி இணைக்கும் திட்டம் நடைபெற்று வருகிறது. இதன்மூலம் ஒருவர் தனக்குத் தேவையான நூல் எந்த நூலகத்தில் உள்ளது என நொடிப்பொழுதில் தேடிக் கண்டறிய முடியும். எண்ணியல் நூலகத் தில் நூல்களைப் பெறவும் முடியும். இதன்வழி வாசகர் ஒவ்வொரு வருமே நூலகர்கள்தான்.

இனி நூலகங்களைத் தேடி நாம் செல்லத் தேவை இல்லை. நம் கையடக்கக் கருவிகளில் ஒரு நூலகத்தையே தரவிறக்கம் செய்து கொள்ளவும் முடியும். நூலகங்களுக்காக வெளியே செல்லும் நிலை மாறி நூலகங்களோடு வெளியே செல்லும் நிலை தற்போது உருவாகி யுள்ளது!

தினமணி
12.8.2017

தேசத்தின் ஆசிரியர் அவர்...

"நீ கடைப்பிடிக்காத எதையும் போதிக்காதே" என்பது தான் காந்திஜியின் கற்பித்தல் கொள்கை! "கல்வி" என்பது கற்றுக் கொடுப்பது அல்ல, கற்றுக் கொள்வது, புத்தக அறிவு என்பது வேறு, அனுபவ அறிவு என்பது வேறு. பாடப் புத்தகங்கள் தகவல்களைத் தரும், அனுபவமே கல்வியைத் தரும் என காந்திஜி நம்பினார், ஆசிரியர் நிலையில் இருந்து பல பரிசோதனைகளையும் செய்து பார்த்தவர் அவர்.

இன்று நாம் நம் கல்வி முறையில் மாற்றம், புதிய சிந்தனை, மறுமலர்ச்சி ஏற்பட வேண்டும் என விரும்பு கிறோம். நவீனத் தளத்தில் நம் கல்வி பயணப்பட வேண்டும் எனச் சிந்திக்கிறோம். காந்தி முன்வைத்த கல்வியில், நம் தேவைக்கும், தேடலுக்கும் விடையும், இன்றையச் சூழலுக்கு ஏற்ற நவீனத் தன்மை கொண்ட, நம் தேவையைப் பூர்த்தி செய்யக்கூடிய உயிர்ப்பினையும் காண முடியும். ஆனால் நமக்குத் தேவை அதை நுட்பமாகப் பரிசீலித்துப் பார்க்கக் கூடிய திறந்த மனமும், கூர்மையான பார்வையும்தான்!

நமது பண்டைய இந்தியாவில் வளமான கல்விமுறை இருந்தது. கல்விக்கான கட்டமைப்பு பலமாக இருந்தது. பல பிரிட்டிஷ் ஆட்சியாளர்கள் இது குறித்து விரிவாகவே எழுதியுள்ளனர். குறிப்பாக சென்னை மாகாணத்தின் ஆளுநராக இருந்த ஸர் தாமஸ் மன்றோ அவர்களின் அறிக்கை விரிவாக இந்தியக் கல்வி முறையின் ஆழ, அகலத்தையும், வளத்தையும் விவரிக்கிறது.

1813-இல் நிறைவேற்றப்பட்ட சார்ட்டர் ஆக்ட் மூலம் இந்தியக் கல்வித் திட்டங்களை உருவாக்கும் பொறுப்பினை ஏற்ற கிழக் கிந்தியக் கம்பெனி, நம் இந்தியக் கல்வியின் முகத்தைப் படிப்படி யாகச் சிதைத்து, இறுதியில் அதனை உருக்குலைத்துவிட்டது. பிரிட்டிஷ் ஆட்சியாளர்கள் இந்தியா வந்தபோது இங்கிருக்கும் முறை களை, ஏற்றுக்கொள்ளாமல், வேரறுக்கத் தொடங்கியதே இதற்குக் காரணம். மண்ணைத் தோண்டி, வேரைப்பார்க்கத் தொடங்கினர். அப்படியே விட்டுவிட்டனர். அழகிய மரம் மரித்தது" இது காந்தி, 1931-இல் லண்டனில் உள்ள சத்தம் ஹவுஸில் ஆற்றிய உருக்கமான உரையின் மையம்.

காந்தி முன்வைத்த சுதேசிக் கல்வி என்பது, ஆங்கிலக் கல்விக்கு மாற்று அல்ல, அது நமது பண்டைய இந்தியக் கல்வியின் மீட்பு. காந்தி தான் கடைப்பிடிக்காத எதையுமே மற்றவர்களுக்குப் போதிப் பதில்லை. இதுதான் காந்தியக் கல்வியின் தத்துவம். தென்னாப்பிரிக் காவில் இருந்தபோது காந்தி, தன்னுடைய நான்கு பிள்ளைகளையும், ஆங்கிலப் பள்ளிக்கு அனுப்பாமல் தானே கற்றுத் தந்தார். பின்னர் அவர் அமைத்த டால்ஸ்டாய் பண்ணையில் இருந்த இந்தியக் குழந்தை களோடு தாய்மொழியில் கல்வி கற்கவும், தொழிற்பயிற்சி பெறவும் செய்தார். காந்தியக் கல்வியின் முதற்படி தாய்மொழிக் கல்வியும், தொழிற்கல்வியும்தான். அந்தப் பரிசோதனையை அவர் தன்னில் இருந்துதான் தொடங்குகிறார்.

தென்னாப்பிரிக்காவில் உள்ள டால்ஸ்டாய் பண்ணையில்தான், காந்தி தான் சிறையில் கற்றுக்கொண்ட தமிழ்மொழியை, குழந்தை களுக்குக் கற்றுக்கொடுத்தார்.

'எண் கணிதம், வடிவியல், வேதியியல், வானவியல் போன்ற பாடங்களில் நான்கு ஆண்டுகளில் நான் கற்றவற்றை, பயிற்றுமொழி ஆங்கிலமாக இல்லாமல் குஜராத்தியாக இருந்தால், நான் ஒரே ஆண்டில் கற்றிருப்பேன்... இந்த ஆங்கிலப் பயிற்றுமொழி எனக்கும் என் குடும்பத்தாருக்கும் இடையே கடக்க முடியாத ஒரு தடையை ஏற்படுத்தியது, (ஹரிஜன், 9-7.38) என்று வேதனையோடு குறிப்பிடு வதை நாம் கருதிப் பார்க்க வேண்டும். இது நம் சொந்த நாட்டிலே நம்மை அந்நியப்படுத்துவதும், மிகப்பெரிய துன்பியல் விளைவு என்கிறார் காந்தி.

நாம் பெறுகின்ற கல்வி என்ன மாதிரியான விளைவுகளை, மாற்றங்களை உருவாக்குகிறது என்பதனைக் காந்தி தெளிவாகவே உள்வாங்கியிருந்தார். "தம் குழந்தைகளைப் பள்ளிக்கு அனுப்பிய பெரும்பாலான மக்கள் உழவர்கள். இந்த இளைஞர்கள் கல்வி கற்றுத்

திரும்புகின்றபோது, விவசாயத்தைப் பற்றி எதுவும் அறியாதவர்களாகவும், தம் பெற்றோர்களின் தொழில் குறித்த கசப்பு நிறைந்தவர்களாகவும் இருக்கிறார்கள். இது நம் தேசத்திற்கு நல்லதல்ல" என காந்தி கருதுகிறார். "குமாஸ்தாக்களையும், உதவியாளர்களையும் அரசாங்கத் தேவைக்காக உருவாக்கித்தரும் நமது கல்வி முறையால் என்ன மாற்றத்தை ஏற்படுத்தி விடமுடியும்?" (யங் இந்தியா 20-3-24) என காந்தி கேள்வி எழுப்புகிறார்.

இன்றளவும் அந்தக் கேள்வி தொடர்வதுதான் பெரும் துயரமாகும். 1993-இல் பேராசிரியர் யெஷ்பால் கமிட்டியும் இதே கேள்வியைத்தான், வேறு ஒரு தொனியில் முன் வைக்கிறது. "குறிப்பிட்ட பணியைச் செய்ய பயிற்றுவிப்பதாகவே நமது கல்வி முறை உள்ளதே தவிர மாணாக்கர்களின் முழு ஆற்றலையும் வெளிக் கொண்டு வருவதற்கு நம் கல்விமுறையில் வாய்ப்பில்லை" என வருந்துகிறது...

"உண்மையான கல்வி என்பது உங்களிலிருந்து சிறந்தவற்றை, உங்கள் ஆற்றலை வெளிக்கொணர்வதில்தான் உள்ளது. மனிதம் என்கிற புத்தகத்தை விடச் சிறந்த புத்தகம் வேறென்ன இருக்க முடியும்" (ஹரிஜன் 30-3-34) என்பதுதான் காந்தியின் அடிப்படை வாதம்.

நம்முடைய கல்வி நிறுவனங்கள் பாடப்புத்தகங்களுக்குக் கொடுக்கப்படும் அதிகப்படியான முக்கியத்துவத்தையும் அதனால் ஏற்படும் எதிர்மறையான விளைவுகளையும் கூட, காந்தி நுட்பமாகக் கவனித்துக் கூறுகிறார். "இந்தியாவில் கல்வி பல்வேறு பாடப் புத்தகங்களைச் சார்ந்திருப்பதால், கிராமக் குழந்தைகள் பெருவாரியானவர்களுக்குக் கற்கும் வழி பறிக்கப்படுகிறது. அதனால் இந்தியாவில் அதிலும் குறிப்பாக ஆரம்பப்பள்ளிகளில் பாடநூல்கள் ஆசிரியர்களுக்கானவையாகவே இருக்க வேண்டும். மாணவர்களுக்கு அல்ல" (யங் இந்தியா 16-9-26) என்கிறார் காந்தி.

விடுதலைக்குப் பின்னர் அமைக்கப்பெற்ற கல்விக் குழுக்கள் புத்தகங்களின் அக, புறச் சுமையைப் பற்றி பேசாதவைகளே இல்லை எனலாம். "புத்தகங்களே குழந்தைகளைக் கிழித்து விடாதீர்கள்" என்ற கவிஞர் அப்துல்ரகுமானின் கவிதை வரிகள் தமிழ்நாட்டில் அதிகப்படியான கல்வியாளர்களால் எடுத்தாளப் பட்டுள்ளது. தேசம் முழுவதுவும் கள ஆய்வு செய்தும், கருத்துகளைப் பெற்றும், யெஷ்பால் கமிட்டி (1993) வழங்கிய அறிக்கையின் சாரம் "அன்றாட வாழ்வின் அனுபவங்களும் பாடப்புத்தகங்கள் சொல்லித் தருபவைகளும் வேறுவேறாக உள்ளன. பாடப்புத்தகங்கள் மாணாக்கர்களிடம் இருந்து விலகி உள்ளன" என்பதுதான். தனிமனித அனுபவங்களையும், சமூகச் சூழலையும் நம் கல்வி பிரதிபலிக்க வேண்டும், அப்போதுதான்

நாம் உலகியல் உண்மையைத் தரிசிக்க முடியும் என்பது காந்தியின் சிந்தனை.

காந்தியின் உற்ற தோழரின் புதல்வர் ஸ்ரீமன் நாராயன். செல்வச் செழிப்பான பிராமணக் குடும்பத்தில் பிறந்தவர். லண்டனில் புகழ் பெற்ற பொருளியல் கல்லூரியில் பட்டம்பெற்றுப் பெரும் கனவு களுடனும், யோசனையுடனும் இந்தியா திரும்பியவர். காந்தியைக் கண்டு ஆசிபெற்று, இந்தியாவின் வருங்காலத்தை உருவாக்கும் திட்டங் களைச் செயல்படுத்த விரும்பினார். காந்தி அவரை தன்னுடைய 'சேவாக்ராம்' ஆசிரமத்தில் ஏற்றுக்கொண்டார். தனக்கு ஏதாவது பணி வழங்கக்கோரிய அவரிடம் காந்தி கழிவறைகளைச் சுத்தம் செய்யச் சொன்னார். அவரால் காந்தியின் வாக்கை மீற முடிய வில்லை. ஏற்றுக்கொண்டார். ஒருவாரம் கழித்து 'பாபுஜி நான் லண்டனில் படித்து பட்டம் பெற்றவன். என்னால் மகத்தான விசயங்களைச் சாதிக்க முடியும். எனது திறமையை இப்படி கழி வறையைச் சுத்தப்படுத்துவதிலேயே விரயம் செய்வது ஏன்?' என வாதம் செய்தார்.

அதற்கு காந்தி "உன் திறமையை நான் அறிவேன். வளர்ச்சி, கல்வி வழங்குதல் போன்ற பெரிய பிரச்சனைகளை எதிர்கொள்ள வேண்டும் என நீ விரும்புவது புரிகிறது. ஆனால் மிகக் கீழான வேலைகளைச் செய்வதற்கான மனப்பக்குவம் இல்லாது போனால், அதன் தன்மையை அறியாது போனால் உனது தாய்நாட்டைச் சூழ்ந்திருக்கும் உண்மையான பிரச்சனைகளை நீ உணராமல் போய் விடலாம்" என்றார் காந்தி. காந்தியும் தனது ஆசிரமத்தில் தினமும் கழிவறைகளைச் சுத்தம் செய்தார். "ஆசிரியர்கள் செய்யாத எந்த வேலையையும் மாணவர்களைச் செய்யச்சொல்லி வற்புறுத்தக் கூடாது" என்ற இந்தச் சிந்தனை மிக நுட்பமானது!

"மெய்ப்பொருள் காண்பதறிவு" என்ற வள்ளுவக் கோட்பாட்டின் படி "உண்மையை அறியச் செய்வதே கல்வி" எனக் கருதினார். கல்வித் திட்டங்களை வகுக்கும் வல்லுநர்கள் வகுப்பறைச் சூழலை அறியாதவர்கள். இவர்கள் உருவாக்கும் பாடங்களைப் புரிந்து கொள்ளாமலே மாணவர்கள் தேர்வில் வெற்றிபெறமுடியும் என பேரா சிரியர் யெஷ்பால் கமிட்டியின் அறிக்கையை இங்கு இணைத்துப் பார்த்தால் காந்தியின் தீர்க்க தரிசனம் புலப்படும்.

காந்தி முன் வைக்கும் கல்விமுறை மிக ஆழமானது. அது நம் பண்பாட்டின் வேர்களில் இருந்து தொடங்கி வாழ்க்கையோடு இணைகிறது. "அறமே" அதன் ஆணிவேராகவும், அன்பும், ஒழுக் கமும், தனிமனிதச் செயல்பாடுகளும், விழுதுகளாகவும் நிற்கின்றன.

'கல்வியின் உயரிய நோக்கமே உயர்பண்புகளைக் கொண்ட நல்ல குடிமக்களை உருவாக்குவதுதான். கல்வி என்பது மனிதனின் ஒட்டு மொத்த ஆளுமையை வளர்த்தெடுக்கக் கூடியதாகவும், அது செயல்திறனை மேம்படுத்தக் கூடியதாகவும் இருக்க வேண்டும். பாடப் புத்தகங்களுக்கு அப்பால் கைத்தொழில் ஒன்றினைக் கற்றுக் கொள்ளக் கூடியதாகவும் இருக்கவேண்டும். அகிம்சை உணர்வினை ஏற்படுத்துவதுடன் அது தற்சார்பு கொண்டதாகவும் இருக்க வேண்டும். கல்வியின் வெளிப்பாடு சேவை மனப்பான்மையை ஏற்படுத்துவதும், ஒற்றுமையைப் பேணுவதாகவும் இருக்க வேண்டும்.

ஆரம்பக்கல்வி ஏழு ஆண்டுகளுக்கு இலவசமாகவே வழங்கப் பட வேண்டும். இவை எல்லாவற்றிற்கும் மேலாக கல்வியின் திட்டங்கள் அனைத்தும் நமது கிராமப்புற மக்களின் நிலையைக் கருத்தில் கொண்டு, அவர்களை மையப்படுத்தியே உருவாக்கப்பட வேண்டும். இவைகள்தான் காந்தி முன்வைத்த கல்வியின் சாரம். இவற்றினை "அடிப்படைக்கல்வி" (1938) நயிதாலீம் (1944) என்று வகைப்படுத்தி விரிவாகக் கூறினார். என்றாலும் காந்தியின் கல்விச் சிந்தனை 1890களில் இருந்தே தொடங்கிவிடுகிறது.

இவற்றினைப் பரிசீலிக்கவும், பயிற்றுவிக்கவும் குஜராத் வித்யா பீடம், உள்ளிட்ட பல சுதேசிக் கல்வி நிறுவனங்களும், ஆசிரமங் களும் தோற்றுவிக்கப்பட்டன.

காந்தியக் கல்விக்கொள்கையின் மீது விமர்சனங்களும் எழாமல் இல்லை. வர்ணாசிரமக் கல்வி, குருகுலக்கல்வி என்று பலரும், காங்கிரஸ் காரர்களே கூட விமர்சித்தார்கள். லண்டனைச் சேர்ந்த சர்வில்லியம் ஹர்தோக் என்பவர் காந்தியோடு முரண்பட்டு, எட்டு ஆண்டுகளுக்கு மேல் அவருடைய கல்விமுறை குறித்து அவரோடு விவாதித்துக் கொண்டிருந்தார். அந்த விவாதங்களை மையப்படுத்தி தரம்பால் "அழகிய மரம்" என்ற நூலினை எழுதினார். அந்த நூல் பல வெளிச்சங் களை நமக்குத் தரும்.

"கல்வியின் அடித்தளம் அனுபவம், கற்பதற்கான வழி சுதந்திரம்" என்ற டால்ஸ்டாயின் கருத்தோட்டத்தில் காந்தியக் கல்வியும் இணைந்து பயணிக்கிறது. காந்தி முன் வைக்கும் கல்வித்தீர்வுகள் சில விவாதத்துக்கு உரியவை என்றாலும் விடுதலைக்குப்பின் தயாரித்து அளிக்கப்பட்ட கல்வி அறிக்கைகள் கொள்கைகள் எதுவும் காந்தியைக் கடந்துவிடவில்லை என்பதனையும் நாம் கவனத்தில் கொள்ள வேண்டும்.

மார்டின் லூதர் கிங், ஆல்பர்ட் ஐன்ஸ்டின், பெர்னாட்ஷா, ஹோசிமின், நெல்சன்மண்டேலா, தலாய்லாமா போன்ற ஆளுமை

களும் காந்தியக் கல்விக் கொள்கைகளால் கவரப்பட்டு அவர் சிந்தனை யோடு இணைந்தவர்கள்.

இன்றைய 'எல்லோருக்கும் கல்வி திறன் மிகு இந்தியா தூய்மை யான இந்தியா' போன்றவை நவீன திட்டங்களாக முன்வைக்கப் பட்டாலும் அது காந்தியக் கல்வியின் சாரமே. எனவே காந்தியின் தேவை, இன்னும் சொல்லப்போனால் வணிகமயமாகி விட்ட இந்தக் கல்விச் சூழலில் முன்பைவிட இப்போதுதான் அதிகமாக உள்ளது. கற்றுக் கொடுப்பதோடு ஆசிரியப்பணி நிறைவடைந்து விடுவதில்லை, கல்வித் திட்டங்கள் தீட்டுவதிலும் அதனைச் செய லாக்கத்திற்குக் கொண்டு வருவதிலும் ஆசிரியர்களின் அர்ப்பணிப்பு அவசியம் என உணர்த்திய ஆசிரியர் அவர்!

தினமணி
5.9.2018

பெண் கல்வி; விதையும் விழுதும்...

பெண்கள் கல்வி குறிப்பாக, உயர்கல்வி பெறுவதில் இருந்த மனத் தடையை நீக்கி புதுத்தடம் போட்டுத் தந்ததில் 'மகளிர் கல்லூரி'களின் பங்கு மிக முக்கியமானது. சமூகத் தில் அதற்கான தேவையும் இருந்தது. மகளிர்களுக்காக தனிக் கல்லூரி என்பது ஒரு வீட்டின் 'புறவாசலாகக்' கருதப்பட்டது. என்றாலும் அங்கிருந்து வெளிப்பட்டவர் களின் புகழ் வெளிச்சம் பல புதிய வாசல்களைத் திறந்து விட்டன. உயர்கல்வியின் மூலம் பெண்கள் அடைந்த உரமும் உயர்வும் சமூகத்திற்கே ஊக்கமாக அமைந்தன. இன்று உள்ள பெரும்பாலான தனியார் மகளிர் கல்லூரி கள், இருபாலர் பயிலும் கல்லூரிகளாக மாற்றங்கண்டு வருகின்றன. அரசுக் கல்லூரிகளைப் பொறுத்தவரை 1998இல் இருந்து 2018 வரை இருபது ஆண்டுகளில் தொடங்கப் பெற்ற கல்லூரிகளில் நான்கு மட்டுமே மகளிர் கல்லூரிகளாகும். 2011-2018 வரை மட்டும் 81 அரசுக் கல்லூரிகள் தொடங்கப்பட்டுள்ளன என்பதனையும் கருதிப் பார்க்க வேண்டும். இன்று, உயர்கல்வியில் உள்ள அனைத்து அறிவுத் துறைகளிலும் பெண்கள் முதன்மை யிடம் பெற்றுத் திகழ்கின்றனர்.

நம் நாட்டின் விடுதலைக்கு முன்பாகவே, அனை வருக்கும் கல்வி வழங்க வேண்டும் என்ற சிந்தனை வலுப் பெற்றுவிட்டது. 1854இல் சார்லஸ் வுட் என்பவர் "சார்லஸ் வுட் டெஸ்பாட்ச்" என்ற பெயரில் வழங்கிய அந்த அறிக்கை பெண்களுக்கு கல்வி அளிப்பதனால் சமூகத் தில் ஏற்படும் சிறப்பான மாற்றங்களைச் சுட்டியது.

1882ஆம் ஆண்டு சர் வில்லியம் ஹண்டர் அறிக்கையும் பெண் கல்விக்கு ஆதரவாகவே இருந்தது. இருப்பினும் பெண்கள் கல்வி பெறுவது என்பது பெரும் கனவாகவும், சவால் நிறைந்ததாகவும் இருந்தது. நீண்ட, நெடிய போராட்டங்களும், தியாகமும் அதற்குத் தேவையாக இருந்தது. பெண்கள் கல்வி பெறும் நிலையை அடைந்தாலும் உயர்கல்வி பெறுவதில் உள்ள பல தடைகளைத் தாண்ட இந்த நூற்றாண்டு வரை காத்திருக்க வேண்டிய நிலை!

அதிகம் அறியப்படாமல், பெண்களின் கல்விக்காக அரிய பல சாதனைகளைப் படைத்தவர் சாவித்ரிபாய் புலே. தன் கணவர் ஜோதிராவ் உடன் இணைந்து, பெண்களுக்கான தனிப் பள்ளியை புனேயில் 1848 லேயே நிறுவியவர். இந்தியாவில் பெண்களுக்கான முதல் பள்ளி என்ற சிறப்பு அப்பள்ளிக்கும், முதல் பெண் ஆசிரியர் என்ற புகழ்; அவருக்கும் கிடைத்தன. 19ஆம் நூற்றாண்டில், 9 மாணவியர்களைக் கொண்ட அந்தப் பள்ளியை நிறுவ பெரும் பாடுபட்டார். 'மகிளா சேவா மண்டல்' என்ற அமைப்பினை ஏற்படுத்திப் பெண்கள் கல்வி பெறுவதற்கான பல தடைகளை உடைத்து, பல மடைகளைத் திறந்துவிட்டவர் சாவித்ரி பாய் புலே; அவரைப் பெருமைப்படுத்தும் வகையில் புனே பல்கலைக்கழகம் 2015இல் 'சாவித்ரி பாய் புலே பல்கலைக்கழகம்' எனப் பெயர் மாற்றம் செய்யப்பட்டது.

1901 இல் சென்னை மாகாணத்தில் எழுத்தறிவு பெற்ற பெண்களின் சதவீதம் 0.9% மட்டுமே. நம் நாடு விடுதலை அடைந்த போது, 1947 இல் மொத்தமே 12% சதவீதம் பேர் தான் எழுத்தறிவு பெற்றவர்கள்.

பல்வேறு சமூக இயக்கங்கள், சிந்தனையாளர்களின் விழிப்புணர்வு, தொடர் முயற்சிகளினால், 2011ஆம் ஆண்டு கணக்கெடுப்பில் 74% சதவீதமாக அது உயர்ந்துள்ளது. என்றபோதும் பெண்களின் நிலை 65.46% சதவீதம் மட்டுமே (ஆண்கள் 82.14%). தமிழ் நாட்டில் எழுத்தறிவு பெற்ற பெண்கள் 73.86% சதவீதம்.

உயர்கல்வியில், பெண்கள் இன்றைய உயரத்தினைத் தொட, உணர்வுப்பூர்வமான பலரின் உழைப்பும், தீரமும், தியாகமும் தான் அடிப்படை. 1952 இல் இலட்சுமணசாமி முதலியார் தலைமையில் அமையப்பெற்ற கல்விக்குழுவின் முன் தந்தை பெரியாரும், ஜி.டி. நாயுடுவும் நேரில் வந்து 'பெண்களுக்காகத் தனியாகக் கல்வி நிறுவனங்கள்' அதிக அளவில் தொடங்கப்பட வேண்டும் என்ற கருத்தை முன்வைத்தனர். இந்தியாவின் முதல் பெண்கள் கல்லூரி பெத்தூன் கல்லூரி (1879), ஆசிய கண்டத்திலேயே மிகத் தொன்மையான மகளிர் கல்லூரியான அக்கல்லூரி 1849இல் ஜான் எலியட் டிங்கிங் தெர் பெத்தூனால் மதச்சார்பற்ற பெண்கள் பள்ளியாகத்தான் தொடங்கப்பட்டது. பல்வேறு படிநிலைக்குப் பின்னர் அது

கல்லூரியாக வளர்ச்சி பெற்றது. தமிழ்நாட்டில் 1914 ஆம் ஆண்டு தொடங்கப் பெற்ற இராணி மேரி கல்லூரிதான் முதல் பெண்கள் கல்லூரி என்ற சிறப்பினைப் பெறுகிறது. அப்போது இந்தியாவில் இருந்த மூன்று மகளிர் கல்லூரிகளில் இதுவும் ஒன்று!

இதே போன்று, மும்பையில் உள்ள "ஸ்ரீமதி நதிபாய் தாமோதர் தக்கர்சே மகரிஷி டாக்டர் தாந்தோகேசவ் கரே பல்கலைக்கழகம்" தான் தென்கிழக்கு ஆசிய நாடுகளிலே பெண்களுக்காகத் தோற்று விக்கப்பட்ட முதல் பல்கலைக்கழகம். இது 1916இல் தோற்று விக்கப்பட்டது. இந்தப் பல்கலைக்கழகத்தினைத் தோற்றுவித்தவர் டாக்டர் தாந்தோ தேசவ் கரே என்ற பெருங் கொடையாளி. இது தான் இந்தியப் பெண்கள் உயர்கல்வி பெற போடப்பட்ட முதல் விதை; இந்தியாவின் முதல் ஐந்து பெண் பட்டதாரிகள் 1921இல் இங்கிருந்துதான் உருவானார்கள். 1939இல் நடைபெற்ற இந்தப் பல்கலைக்கழகத்தின் பட்டமளிப்பு விழாவிற்கு மகாத்மா காந்தி தலைமை ஏற்றார். நேதாஜி, சர்தார்படேல், சரோஜினி நாயுடு உள்ளிட்ட தலைவர்கள் அதில் கலந்து கொண்டுள்ளனர்.

"பெண் கல்வி குறித்து அழுத்தமாகத் தொடர்ந்து வலியுறுத்தி வந்த மகாகவி பாரதியின் நூற்றாண்டு விழாவினை" முன்னிட்டு, 1984இல், கொடைக்கானலில் தொடங்கப்பெற்ற அன்னை தெரசா மகளிர் பல்கலைக்கழகமே தமிழ்நாட்டில் பெண்களுக்கான முதல் பல்கலைக்கழகம் என்ற சிறப்பினைப் பெறுகிறது. இதனை அடுத்து, தி.சு.அவிநாசிலிங்கம் செட்டியார் அவர்களால் 1957இல் தொடங்கப்பெற்ற அவிநாசிலிங்கம் மகளிர் கல்லூரி 1988இல் நிகர் நிலைப் பல்கலைக்கழகமாகத் தரம் உயர்த்தப்பட்டது.

இந்தப் பின்புலத்தில் இந்தியாவில் முதன் முதலில் பட்டம் பெற்ற பெண்களைப்பற்றி எண்ணிப்பார்க்க வேண்டும். அந்தச் சிறப்பினை இருவர் பெறுகின்றனர். ஒருவர் மேற்கு வங்கத்தைச் சேர்ந்த சந்திரமுகி பாசு (1860-1944) மற்றொருவர் காதம்பினி கங்குலி (1861-1923) இவர்கள் இருவருமே 1883இல் பட்டம் பெற்றவர்கள். சந்திரமுகி பாசு கலைப் பாடத்திலும், கங்குலி மருத்துவத்திலும் பட்டம் பெற்றனர்.

சந்திரமுகி பாசு தான் பயின்ற பெத்தூன் கல்லூரியிலே 1886இல் விரிவுரையாளராகப் பணியைத் தொடங்கி, பின் அக்கல்லூரியிலேயே முதல்வராகவும், தலைவராகவும் உயர்ந்தார். கங்குலி மருத்துவ மேற்படிப்பிற்காக இங்கிலாந்து சென்று பின்னர் இந்தியாவில் புகழ்பெற்ற மருத்துவராகத் திகழ்ந்தார். தமிழ்நாட்டில் டாக்டர் முத்துலட்சுமி ரெட்டி (1886-1968) மதராஸ் மருத்துவக் கல்லூரியில் இருந்து மருத்துவப் படிப்பில் பட்டம் பெற்ற முதல் பெண் என்ற சிறப்பினைப் பெறுகிறார்.

பல்கலைக்கழகத்தின் மிக உயரிய பட்டபடிப்பாக பி.எச்.டி ஆய்வுப் படிப்பு கருதப்படுகிறது. இன்றைய நிலையிலும் பலருக்கும் எட்டா நிலையில் உள்ள அந்த ஆய்வு படிப்பில் அப்போதே பல பெண்மணிகள் வெற்றி கண்டு சாதனை புரிந்துள்ளனர்.

சென்னை, இராணி மேரி கல்லூரியில் இளநிலை, முதுநிலை தாவரவியல் பட்டம் பெற்ற கேரளத்தைச் சேர்ந்த ஜானகி அம்மாள் (1897-1984) செல் மரபணுவியலில் 1931இல் அமெரிக்காவின் மிச்சிகன் பல்கலைக்கழகத்தில் ஆய்வு செய்து டாக்டர் பட்டம் பெற்றுள்ளார். இத்துறையில் இவருடைய பங்களிப்பு மிக முக்கிய மானதாகும். 1957இல் இவருக்கு இந்திய அரசு பத்மஸ்ரீ விருது வழங்கிச் சிறப்பித்துள்ளது.

நாட்டிலேயே முதன்முதலில் 'உயிர் வேதியியலில்' ஆய்வு செய்து, கேம்பிரிட்ஜ் பல்கலைக்கழகத்தில் 1939இல் டாக்டர் பட்டம் பெற்ற பெண்மணி கமலா ஹோனிங். இவர் சர்.சி.வி. ராமனின் ஆராய்ச்சி மாணாக்கரில் முதன்மையானவர்.

"இந்தியத் துணைக் கண்டத்தில் உள்ள மருத்துவத் தாவரங்கள்" குறித்து, அறிவியல் பிரிவில் 1944இல் கல்கத்தா பல்கலைக்கழகத்தில் டாக்டர் பட்டம் பெற்றவர் அசிமா சட்டர்ஜி (1917-2006)

"வானிலை ஆராய்ச்சியில்" புகழ்பெற்ற அன்னாமணி (1918-2001) சென்னை மாநிலக் கல்லூரியில் பட்டபடிப்புகளை நிறைவு செய்து லண்டனில் புகழ்பெற்ற இம்பீரியல் கல்லூரியில் ஆய்வை மேற்கொண்டு டாக்டர் பட்டம் பெற்றவர். 1946இல் டெல்லி அரசின் நிதி உதவியுடன் அமெரிக்காவில் உள்ள மிக்சிகன் பல்கலைக் கழகத்தில் டாக்டர் பட்டம் பெற்றவர் ராஜேஸ்வரி சாட்டர்ஜி.

இவர்கள் எல்லாம் பெண்களுக்கான உயர்கல்வி வாய்ப்பும் வசதியும் இல்லாத காலகட்டத்தில் இந்த நிலையை அடைந்தவர்கள்.

தற்போது மத்திய அரசின் மனிதவள மேம்பாட்டு அமைச் சகத்தின் 2016-2017 அறிக்கையின்படி, இந்தியாவில் பெண்களுக்காக தனியாக 15 பல்கலைக்கழகங்கள் உள்ளன. தற்போது உள்ள 40,026 கல்லூரிகளில் 9.3% கல்லூரிகள் பெண்கள் கல்லூரியாகும். இது மட்டுமல்லாது தொலைநிலைக் கல்வி முறையில் பயில்பவர்களில் 46.9% பேர் பெண்கள் என்பதும் கவனிக்கத்தக்கது.

இந்தியாவில் தற்போது உயர்கல்வி பெறும் 35.7 மில்லியன் மாணாக்கர்களில் 16.7 மில்லியன் பெண்கள். 18 - 23 வயதுக்குட் பட்டவர்களில் உயர்கல்வியில் சேர்பவர்களின் மொத்த எண்ணிக்கை விகிதம் GER இந்திய சராசரி 25.2%, இதில் பெண்கள் 24.5%, தமிழ்நாட்டின் 46.9% GER இதில் பெண்கள் 45.6% சதவீதம் ஆகும். 2016இல் இந்திய அளவில் பி.எச்டி ஆய்வு படிப்பினை வெற்றி

கரமாக நிறைவு செய்தவர்கள் 28,779 பேர். இவர்களில் 12,505 பேர் பெண்கள் என்பது கவனிக்கத்தக்கதாகும்.

இந்த ஏற்றங்கள் சமூக நிலையில் பல்வேறு மாற்றங்களை உருவாக்கி வருகிறது. இந்தியாவில் உள்ள 58.6 மில்லியன் தொழில் நிறுவனங்களில் 8.05 மில்லியன் நிறுவனங்களைப் பெண்களே நிர்வகிக்கின்றனர். தமிழ்நாட்டில் எழுத்தறிவு பெற்ற பெண்களில் 13.3% சதவீதம் பேர் தொழில் முனைவோர்களாக உள்ளனர். இந்தியாவில் வேறு எந்த மாநிலமும் இந்த உயரிய நிலையைப் பெறவில்லை. இதே வேளை பட்டம் பெற்ற பெண்களில் 25.5% சதவீதம் பேர் மட்டுமே பணி வாய்ப்பினைப் பெறும் சூழல் உள்ளது என்பதனையும் கவனத்தில் கொள்ள வேண்டும்.

இந்திய அளவில் நடத்தப்படும் போட்டித் தேர்வுகளில் முதன்மையாகக் கருதப்படுவது ஐ.ஏ.எஸ், ஐ.பி.எஸ் போன்ற குடிமைப் பணித் தேர்வுகள். கடந்த பத்து ஆண்டுகளில் நடைபெற்ற தேர்வுகளில் ஏழு முறை பெண்களே இந்திய அளவில் முதலிடம் பெற்றுள்ளனர். இவர்கள் அனைவருமே நடுத்தர, மிகவும் பிற்படுத்தப்பட்ட, பொருளாதாரத்தில் பின்தங்கிய பிரிவினர்களே.

இந்தச் சமூக மாற்றத்திற்கு அடித்தளமிட்ட, அறியப்படாத முகங்களையும், மறுக்கப்பட்ட, மறைக்கப்பட்ட முகங்களையும் வெளிப்படுத்துவதன் மூலமே நாம் இன்னும் பல புதிய வெளிச்சங்களைக் காணமுடியும்.

தினமணி
16.5.18

இனிதாகும் இலக்கியக் கல்வி

“இலக்கியம் படித்தால் விளைவீர்கள் படிக்காவிட்டால் வளைவீர்கள்” என்றார் ஒரு மலையாளக் கவி. ஒரு குறிப்பிட்ட துறையில் கல்விபெற்றால் அத்துறையில் புலமை பெறலாம். இலக்கியம் படித்தால் வாழ்வில் வளமை பெறலாம் “கற்க கசடறக் கற்பவை கற்றபின் நிற்க அதற்குத் தக” என்பதுதான் கற்றல் கோட்பாடு, கற்றலின் முழுமை. தற்போதைய உயர்கல்விச் சூழலில் மொழி, இலக்கியம் நுண்கலைப் படிப்புகள் மெல்ல மெல்லச் செல்வாக்கு இழந்து வருகிறது, இப்படிப்புகள் மதிப்பிழக்க என்ன காரணம்?

கல்வியின் நோக்கம் என்ன? எதற்காகப் படிக்கிறோம்? கல்வி என்பது வேலைவாய்ப்பிற்கான துருப்புச் சீட்டு மட்டும்தானா? “படித்த படிப்பிற்கும் அன்றாட வாழ்க்கைச் சூழலுக்கும் இயைபு இல்லாமல் போனது ஏன்?” இந்தக் கேள்விகளுடனே தான் நமது கல்விப் பயணம் தொடர்கிறது. “கல்வி என்பது சமூக விடுதலைக்கும் மானுட மேன்மைக்குமானது” என்ற சித்தாந்தத்தை நோக்கிய பார்வைத் தளத்தினைத் தீவிரப்படுத்த வேண்டும், திடப்படுத்த வேண்டும் என்பது தொடர்ந்து முன் வைக்கப்படும் சிந்தனை.

மொழி, இலக்கியம், நுண்கலைப் படிப்புகள் என்ன மாதிரியான மாற்றங்களை வாழ்வில் ஏற்படுத்தும் என்பதனை நாம் உணரத் தொடங்க வேண்டும். கலை இலக்கியப் படிப்புகளின் உன்னதம் என்ன? இதனைச் சரியான

தளத்தில் புரிந்துகொள்ளாததும் அதன் மூலம் பெறப்படும் அளவற்ற ஆற்றலையும் எல்லையற்ற ஆளுமைத் தன்மையையும் உணராததுமே இலக்கியப் படிப்புகளின் தற்போதைய வீழ்ச்சிக்கு அடிப்படை எனலாம்.

மேலும் சில தனியார் சுயநிதிக் கல்லூரிகளின் வணிக நோக்கமும் தவறான வழிகாட்டலும், பன்னாட்டு நிறுவனங்களின் குறுகிய நோக்கமும் மாணவ மனங்களை மடை மாற்றியுள்ளன. குறிப்பிட்ட வேலையைச் செய்யப் பயிற்றுவிப்பதாக தற்போதைய கல்வித் திட்டங்களும், பாடத்திட்டங்களும் உருவாக்கப்படுகின்ற போது, அது நிலைத்து நீடிக்கும் தன்மையை இழந்து, கல்வி என்பது தற்காலிகத் தீர்வு என்று சுருங்கிவிடுகிறது.

இலக்கியப் படிப்புகள் வேறு ஒரு தளத்தில் இயங்குகின்றன. எல்லையில்லா சுதந்திரமும் நிகரில்லா ஆளுமையும் அளிக்கவல்லது அது. விருப்பத்தோடும், ஈடுபாட்டோடும் ஒருவர் இலக்கியப் பாடங்களை, குறிப்பாகத் தமிழ் இலக்கியப் பாடங்களைத் தேர்வு செய்து படித்தால் அவருடைய முன்னேற்றமும் வளர்ச்சியும் மேம்படுமே தவிர தடைபடாது. குடிமைப்பணிகளான ஐ.ஏ.எஸ்., ஐ.பி.எஸ்., ஐ.எப்.எஸ். போன்ற போட்டித் தேர்வுகளில் பங்கேற்கவும் மத்திய, மாநில அரசுகள் மற்றும் பொதுத்துறை நிறுவனங்கள் நடத்தும் பல்வேறு பொதுப்பணிகளுக்கான தேர்வுகளுக்கும் இலக்கியப் படிப்புகள் உதவியாக உள்ளதே தவிர இடையூறாக அமையாது.

குடிமைப்பணிக்கான தேர்வில் இந்தியா முழுவதுவும் ஆண்டு தோறும் சுமார் 1000 முதல் 1200 பேர் வரைத் தேர்வாகிறார்கள். இவர்களில் சுமார் 10 சதவீதம் தமிழ்நாட்டினைச் சார்ந்தவர்கள். அப்படித் தேர்வாகிறவர்களில் 10 சதவீதம், தமிழ் இலக்கியத்தில் பட்டம் பெற்றவர்கள். இத்துடன் பிற பாடங்களில் பட்டம் பெற்றவர்களும் அதிக அளவில் விருப்பப் பாடமாகத் தமிழ் இலக்கியத்தினையே தேர்வு செய்கிறார்கள் என்பதும் கவனிக்கத்தக்கது.

இந்திய அளவில் மொழி, இலக்கியப் பாடங்களைப் போதிப்பதற்காக மட்டுமே தனியாக 20 பல்கலைக்கழகங்கள் உள்ளன. இதில் தமிழ்நாட்டில் இரண்டு உள்ளன. ஒன்று தஞ்சைத் தமிழ்ப் பல்கலைக்கழகம் மற்றொன்று பல்கலைக்கழக நிலையில் உள்ள "இந்திப் பிரச்சார சபா". இதேபோன்று பண்பாட்டுக் கல்வியை வழங்க இந்திய அளவில் ஒடிசா மாநிலத்தில் மட்டும் ஒரே ஒரு பல்கலைக்கழகம் உள்ளது. நுண்கலைப் படிப்புகளை வழங்க இந்திய அளவில் ஏழு பல்கலைக்கழகங்களும், 110 கல்லூரிகளும் உள்ளன. சென்னையில் உள்ள அரசு கலை மற்றும் கைத்தொழில் கல்லூரி 1850இல் அலெக்ஸாண்டர் ஹண்டர் என்ற ஆங்கிலேயரால் தொடங்கப்பட்ட தொன்மையான கல்லூரி. இத்துடன் தமிழ்நாட்டில் கவின்

கலைகளைக் கற்பிப்பதற்காக தனியாகக் கவின் கலைப் பல்கலைக் கழகம் தொடங்கப்பட்டுள்ளது.

மனிதவள மேம்பாட்டு அமைச்சகத்தின் 2015-2016 அறிக்கையின்படி இந்திய மொழிகளை இந்தியா முழுவதுவும் 2 லட்சத்து 46 ஆயிரத்து 186 மாணாக்கர்களும் நுண்கலைப் படிப்புகளை 34 ஆயிரத்து 547 மாணாக்கர்களும், பண்பாட்டுப் படிப்புகளை 9 ஆயிரம் மாணாக்கர்களும் தேர்வு செய்துள்ளனர்.

இந்தியாவில் மொத்தம் 284 சமஸ்கிருதக் கல்லூரிகள் உள்ளன. அதிக அளவில் பீகாரில் 52 கல்லூரிகளும், கர்நாடகாவில் 22 கல்லூரிகளும் உள்ளன. தமிழ்நாட்டில் ஒரே ஒரு சமஸ்கிருத கல்லூரி சென்னையில் உள்ளது.

கீழ்திசை மொழிகளுக்காக இந்திய அளவில் 66 கல்லூரிகளும் தமிழ்நாட்டில் ஒரு கல்லூரியும் உள்ளது. இவற்றின் வாயிலாக உயர்கல்வியில் மொழிப்பாடங்களை 2 லட்சத்து 46 ஆயிரத்து 186 மாணவர்களும், நுண்கலைப் பாடங்களை 35 ஆயிரம் மாணவர்களும், பண்பாட்டுப் பாடங்களை 9 ஆயிரம் மாணவர்களும் படிக்கின்றனர்.

தமிழ்மொழி இலக்கியப் பாடங்கள் உயர்கல்வித் துறையின் கீழ் உள்ள 11 பல்கலைக்கழகங்களிலும் அதனோடு இணைவுபெற்ற கல்லூரிகளிலும், தொலைநிலை மற்றும் திறந்த நிலைக் கல்வி வாயிலாகவும் வழங்கப்படுவதுடன் டெல்லி மற்றும் பிற மாநிலங்களில் உள்ள பல்கலைக்கழகங்களிலும் கற்பிக்கப்பட்டுள்ளது. தமிழ் மொழி இலக்கியப் பாடங்களைப் பொறுத்தவரை 2015-2016இல் முதுகலை பட்டப்படிப்பில் 3 லட்சத்து 42 ஆயிரத்து 181 மாணவர்களும், எம்.பில் படிப்பில் 5 ஆயிரத்து 373 மாணவர்களும் பி.எச்டி., ஆய்வுப் படிப்பில் 6,937 மாணவர்களும் சேர்ந்துள்ளனர்.

இந்தியாவில் அயலக மொழிகளான ஆங்கிலம், பிரஞ்சு, ஜெர்மன், ஸ்பானீஸ் போன்ற படிப்புகளை விரும்பிப் படிப்பவர்களின் எண்ணிக்கையும் கணிசமாக உள்ளது. 2015-2016 ஆண்டின் கணக்குப்படி இப்பாடங்களில் மொத்தமாக ஒரு லட்சத்து 93 ஆயிரத்து 192 பேர் முதுநிலை படிப்புகளிலும், 3,372 பேர் எம்.பில் படிப்புகளிலும் 2,662 பேர் பி.எச்டி., ஆய்வுப் படிப்பிலும் சேர்ந்துள்ளனர்.

கடந்த பத்து ஆண்டுகளாக உயர்கல்வியில் தமிழ்மொழி, இலக்கியம், பண்பாடு, நுண்கலை போன்ற படிப்புகளில் மாணாக்கர்கள் சேர்க்கை படிப்படியாகக் குறைவதற்குக் காரணம் வணிக மயமான சமூகச் சூழல் ஏற்படுத்தும் மனத்தடையும், வேலை வாய்ப்பு குறித்த தெளிவின்மையுமே முதன்மைக் காரணங்களாக அமைகின்றன. வேலை வாய்ப்பினைப் பொறுத்தவரை தனித்திறனும், மொழி ஆற்றலும், ஆளுமைப் பண்பும் கொண்ட எவரும் தேங்குவதில்லை.

தொடக்க காலத்தில் கல்வி என்பது மொழிக் கல்வியாகவும், இலக்கியக் கல்வியாகவும் இருந்தது. இதன் ஊடாகவே பல்துறை அறிவுத் தேடல் தொடங்கியது. ஒன்றுக்கு மேற்பட்ட மொழிகளில் புலமை பெற்றவர்கள் தங்களது அறிவுத் தளத்தினை ஆழ, அகலப் படுத்திக் கொள்ள வாய்ப்பாக அமைந்தது. தரங்கம்பாடியில் டென்மார்க் நாட்டவர் 1620-இல் வணிக மையம் தொடங்கிய உடன் “மொழித் தொடர்பிற்காக” நியமிக்கப்பட்ட முதல் இரு மொழியாளர் (துவிபாஷி) கலிங்கராயப் பிள்ளை, இவர் தன்னு டைய மொழி அறிவாற்றலால் எவ்வளவு புகழோடும் சிறப்போடும் விளங்கினார் என்பதனை ‘கப்பல் சாஸ்திரம்” என்ற ஏட்டுச்சுவடி விரிவாகக் கூறுகிறது. இதேபோல் இரண்டாம் சர்ஃபோஜி மன்னர் காலத்தில் பணியாற்றிய குப்பண்ணன் என்னும் இருமொழியாளரும் தான் பெற்ற மொழிக்கல்வியால் பெரும் புகழ் பெற்றிருந்தார்.

மொழி என்பது ஒரு கருவிதான் என்றாலும் மொழியறிவின் மூலம் எளிதில் பல்வேறு அறிவுத் தளங்களை அடைய முடியும். தங்களுடைய மொழிப் புலமையால் ஆங்கிலேயர்களை பச்சையப்ப முதலியாரும், பிரஞ்சுக்காரர்களை புதுவை அனந்தரங்கம் பிள்ளை யும், டேனிசு நாட்டுக்காரர்களை சோழ மண்டலத்தைச் சார்ந்த கலிங்கராயப் பிள்ளையும், குப்பண்ணனும் வசப்படுத்தி ஆளுமை செய்தனர் என்பது வரலாறு. இவர்களுடைய உருவங்களை அந் நாட்டவர்கள் ஓவியங்களாக வரைந்து தங்களுடைய நாடுகளுக்கு ஆர்வமுடன் எடுத்துச் சென்றுள்ளனர். (தஞ்சை சரஸ்வதி மகால் நூலகம், சென்னை கோட்டை அருங்காட்சியகத்தில் அந்த உருவ ஓவியங்கள் காட்சிப்படுத்தப்பட்டுள்ளன. பச்சையப்பர் சிலை அந்த ஓவியத்தின் அடிப்படையில் உருவாக்கப்பட்டதுதான்).

1784ஆம் ஆண்டு இந்தியர்களுக்காக மதராஸில் தொடங் கப்பட்ட முதல் பள்ளிக்கூடம் “வேப்பேரி இலக்கணப் பள்ளி” என்ப தாகும். அது மொழிப் பாடங்களே கற்பித்தது. இதன் தொடர்ச்சியாக சமய போதகர் ஜெரிக் என்பவரது உதவியுடன் தொடங்கப்பட்ட “சிவில் ஆதரவற்றோர் இல்லம்” என்ற பள்ளியும் இலக்கியப் பாடங் களுக்கு முதன்மையிடம் வழங்கியதாகவே ஆவணங்கள் கூறு கின்றன. இந்தப் பள்ளியில் தான் 1793 முதல் 1797 வரை தஞ் சாவூர் மன்னர் சர்ஃபோஜி கல்வி பயின்றுள்ளார்.

1826ஆம் ஆண்டு தென்இந்தியாவில் சுற்றுப் பயணம் மேற் கொண்ட பிஷப் ஹீபர், மன்னர் சர்ஃபோஜியின் இலக்கிய அறிவு குறித்துக் குறிப்பிடுகையில் “பைரனை விட சர்ஃபோஜி மன்னருக்கு ஷேக்ஸ்பியர் நாடகங்களைப் பற்றி அதிகம் தெரியும்” என உயர் வாகக் குறிப்பிடுவதைக் கருதிப் பார்க்க வேண்டும்.

இந்தியாவில் முதன்முதலில் தொடங்கப்பட்ட நான்கு பல் கலைக்கழகங்களில் ஒன்றான சென்னைப் பல்கலைக்கழகமும் (1857), தென் இந்தியாவில் முதன்முதலில் தொடங்கப்பட்ட மாநிலக் கல்லூரியும் (1840) அவைகள் தொடங்கப்பட்ட காலத்தில் "இலக் கியம்" மற்றும் தத்துவப் படிப்புகளுக்கே முதலிடம் கொடுத்தன.

மகாத்மா காந்தி அவர்கள் "சத்திய சோதனை" என்ற தனது சுய சரிதையில் "என் புதல்வருக்கு இலக்கியக் கல்வி அளிக்க வேண் டும் என்ற ஆசை எனக்கு இருந்தது. நானே அதைச் சொல்லிக் கொடுக்கவும் முயன்றேன்", "முழு இலக்கியப்படிப்பும் இல்லாததால் என் புதல்வர்கள் நஷ்டம் அடைந்திருந்தாலும் இயற்கையாகவே தாய்மொழியில் அவர்கள் அடைந்த அறிவு அவர்களுக்கும் நாட்டிற் கும் நன்மையாகவே இருக்கிறது" என்று குறிப்பிடுவதையும், தென்னாப்பிரிக்காவில் டால்ஸ்டாய் பண்ணையில் தமிழ் மொழியை, பிறருக்குத் தானே கற்பித்ததாகக் கூறுவதையும் கருதிப் பார்க்க வேண்டும்.

உலக இலக்கியங்களில் தமிழ் இலக்கியம் தொன்மையும், வளமும் கொண்டது. தமிழ் இலக்கியங்களில் செவ்வியல் இலக்கியம் 41, பதிணெண் கீழ்க்கணக்கு நூல்கள் 11-உம் அற மற்றும் நீதி நூல் களாகும்.

இவை ஒவ்வொன்றும் ஒவ்வொரு நிலையில் மேம்பட்டதாகும். வாழ்க்கை நெறிகளை வகுத்துக் கொடுத்து வழிகாட்டுவனவாகவும் உள்ளன. இதில் திருக்குறளுக்குத் தனி இடம் உண்டு. 1968இல் இரண்டாம் உலகத் தமிழ் மாநாடு நடைபெற்றதை ஒட்டி தமிழக முதலமைச்சராக இருந்த அறிஞர் அண்ணா அன்றிருந்த பல்கலைக் கழகங்களில் "திருக்குறள் இருக்கை" ஒன்றினை நிறுவி அதற்கு நிதியுதவியும் வழங்கி, மாணாக்கர் "திருக்குறள்" கல்வி பெறவும் வழிவகுத்திட்டார். மறைந்த இந்தியக் குடியரசுத் தலைவர் ஏ. பெ.ஜெ.அப்துல்கலாம் என்னை வழிப்படுத்தியதே திருக்குறள்தான் என்றார்.

அறிஞர் ஆர்.ஈ.ஆஷர், "தமிழ் இலக்கியச் செல்வத்தைவிட வளமான இலக்கியம் உலகில் வேறு எந்த மொழியிலும் இல்லை" என்று குறிப்பிடுவதையும் அறிஞர் கபில் சுவெலபில் "மனித அறி வாற்றல் எவ்வளவு வியத்தகு உச்சநிலை எய்தக் கூடும் என்பதைக் காட்டும் சிறந்த சான்றுகளில் ஒன்று 'One of the Finest Monuments of Human Intelligence' இலக்கியக் கொள்கையில் வேறு எந்தப் பண்டைய மொழிகளிலும் இல்லாத சிறந்த கருத்துக்களை தொல், பொருள் செய்யுளில் கூறுகிறது". "கிரேக்க உணர்ச்சிப் பாடல்களில் தலைசிறந்த நவமணிகளுக்கு இணையானவை இச்சங்க இலக்கியப் பாடல்கள், இந்தியாவில், ஏன் உலக இலக்கியப் படைப்புகளின்

சிகரங்களில் ஒன்று சங்க இலக்கியம்" என்று மதிப்பிட்டுக் கூறு வதையும் எண்ணிப் பார்த்து, இந்த இலக்கியச் செல்வங்களை எல்லாம் நமது அடுத்த தலைமுறையினருக்குக் கல்விக் கொடையாக வழங்குகின்ற மிகப்பெரிய சமூகப் பொறுப்பு நமது கல்வி நிறுவனங் களுக்கு உள்ளது.

இன்றைய நிலையில் உலகின் பல பகுதிகளில் 80 மில்லியன் மக்கள் தமிழ் மொழியை பேசுகின்றனர். தமிழ் மொழியையும் அதன் தொன்மையான இலக்கண இலக்கியங்களை உலகில் உள்ள அனைவருமே கற்க வேண்டும் என்ற நோக்கில், ஐக்கிய அமெரிக்காவில் உள்ள உலகப் புகழ்பெற்ற ஹார்வார்டு பல்கலைக்கழகத்தில் தமிழைக் கற்கவும் ஆய்வுகளை மேற்கொள்ளவும் வசதியாக கல்வி சார் "தமிழ் இருக்கை" நிறுவப்பட உள்ளது. இந்த இருக்கையை அமெரிக்காவில் வாழும் சில தனிப்பட்ட தமிழ் ஆர்வலர்கள் சுமார் 6 மில்லியன் அமெரிக்க டாலர்கள் (இந்திய மதிப்பில் சுமார் 40 கோடி ரூபாய்) நிதியில் அமைக்க உள்ளனர். இதன் மூலம் சர்வதேச அளவில் தமிழ் மொழியை அதன் இலக்கியங்களைக் கற்க, நிலையான முறையான உயர்கல்வி அமைப்பு உருவாக்கப்படும்.

ஒருவர் விரும்பி இலக்கியப் பாடங்களை, படிக்கின்றபோது 'Vision' அதாவது, தீர்க்க தரிசனம், தொலைநோக்குப்பார்வை ஆக்கப் பூர்வமான சிந்தனை கண்டுபிடிப்புச் சிந்தனை கொண்டவராக தன்னை மேம்படுத்திக் கொள்கிறார். இதுதான் இலக்கியப் பாடங் களின் தனிச்சிறப்பு, இந்த அம்சங்கள் வேலை பெற மட்டுமல்ல, வேலையில் நிலைக்கவும் எல்லாவற்றிற்கும் மேலாக வாழ்வின் உன்னத நிலையை அடையவும் உதவும்.

தினமணி
30.8.2017

மாணவர்கள் நினைக்கப்பட வேண்டும்!

உலக அரங்கில் இந்திய மாணாக்கர்களுக்கு, குறிப் பாகத் தமிழக மாணாக்கர்களுக்குத் தனி மதிப்பும் செல் வாக்கும் உள்ளது. அறக்கோட்பாடுகளுடன் உயர் விழுமி யங்களுடன் வார்க்கப்பட்டவர்கள் என்ற மதிப்பீடும், அவர்களின் நடத்தையுமே இதற்குக் காரணம். சர்வதேசப் பல்கலைக்கழக மாணாக்கர் சேர்க்கையிலும் பன்னாட்டு நிறுவனங்களில் பணி அமர்த்துவதிலும் இந்த அளவீடுகள் முக்கியப் பங்கு வகிக்கின்றன. இதற்கு நமது கற்றல், கற்பித் தல் பண்பாடும், மாணாக்கர்களின் நடத்தை நெறிகளுமே அடிப்படை எனக் கொள்ளலாம்.

சமீபகாலங்களில் இந்த பண்பாட்டுத்தளம் வெவ் வேறு வடிவங்களில் மெல்ல தகர்த்தப்பட்டு வருகிறதோ என்ற அச்சம் எழுகிறது!

“பேருந்து தினம்” கொண்டாட்டங்களும் “பகடிவதை” யும் அந்த வயது நிலைக்கு ஏற்ற இயல்பான ஒன்றுதான் என்றாலும் அது வேறு வடிவம் கொண்டு “விளையாட்டு வினையில் முடிகிற கதையாக” வன்முறையிலும், குழு மோதல்களாகவும், உயிர் பலியிலும் முடிந்துவிடுகிறது. இதன் எதிரொலியாக தமிழகம் முழுவதுவுமே அசாதாரண சூழல் ஏற்பட்டுவிடுகிறது!

இதில் மிகுந்த வருத்தம் தருவது, சென்னையில் பச்சையப்பன் கல்லூரி வாசலிலும், மாநிலக் கல்லூரி வாசலிலும் ஆண்டு முழுவதுமே ஆயுதம் ஏந்திய காவலர் களைக் காணும் காட்சி! இந்த இரண்டு கல்லூரிகளும்

இந்திய உயர்கல்வி வரலாற்றில் தனி இடம்பெற்றவை. இந்த வரலாற்றினை இளம் தலைமுறையினர் அறிந்திருக்க வாய்ப்பு உள்ளதா? மிகவும் உணர்வுப்பூர்வமான, வலி மிகுந்த அந்த வரலாறு நம் அடி ஆழத்து வேர்கள் என்பதை நாம் உணர்ந்து இருக்கிறோமா?

கல்லூரியிலோ, பல்கலைக்கழகத்திலோ இப்போது ஒருவர் பயில்வதற்கு அனுமதி பெற்றுவிட்டாலே அவர் "மாணவர்" என்ற தகுதியை அடைந்துவிடுகிறார். ஆனால், நமது பண்டைய மரபில் ஒருவரை "மாணவன்" என்று ஏற்றுக்கொள்வதற்கு அல்லது அந்தத் தகுதியை அவர் அடைவதற்கு முன் அவருடைய அறிவுவேட்கை-அனுபவம்-நடத்தை, ஒழுக்கநெறி அளவிடப்பட்டு, மதிப்பிடப் படுகிறது. அதன்பின்னரே அவர் "மாணவன்" என்ற நிலையை அடைகிறார். இதன் அடிப்படைத் தத்துவம் என்னவென்றால் ஒரு ஆசிரியரிடம் - குருவிடம் மாணவ நிலையில் இருப்பவர், தன் சக மாணவர்களுக்கு தான் கற்றவைகளை, பெற்றவைகளை கற்றுக் கொடுப்பவனாகவும் இருக்கிறார். இதைத்தான் தற்போது Peer Group Teaching என்கிறோம். இது நமது பண்டைய திண்ணைப் பள்ளிக்கூட முறை, ஓராசிரியர் கல்விக் கூடமுறையின் தனிக்கூறாக, கோட்பாடாகவே திகழ்கிறது.

1786-இல் சமய போதகராக மதராஸ் வந்த ஆன்ட்ரூபெல் என்பவர் நமது திண்ணைப் பள்ளிக் கூடம், "ஓராசிரியர்" கல்வி முறையில் மூத்த மாணவர்களே ஆசிரியர்களாகவும் செயல்படும் முறையைப் பார்த்து வியந்து, அதைப் படித்துக்கொண்டு, தன் சொந்த நாட்டிற்குச் சென்று 'மதராஸ்முறை" "லன்க்காஸ்ட்டர் முறை" என்று அக்கல்வி முறையை அங்கு அறிமுகம் செய்து பெரும் புகழ் அடைந்தார். இராணியார் (அரசர் மூன்றாம் ஜார்ஜ் மனைவி) அவர்களே இம்முறையைப் புகழ்ந்து பராட்டியுள்ளார். இம்முறை புகழ் பெறத் தொடங்கியதும் "மதராஸ் கல்லூரி" என்ற கல்லூரியைத் தொடங்கி இம்முறையில் பாடம் கற்பித்துப் பெரும் செல்வத்தை ஈட்டினார் என்பது வரலாறு.

இதனை இன்றைய நம் மாணவர் சமூகம் உள்வாங்கிக் கொள் வதுடன் நாம் கடந்துவந்த காலடிச் சுவடுகளையும் உணர வேண்டும். தமிழ்நாட்டில் "நூற்றாண்டு" கண்ட பல கல்லூரிகள் உள்ளன. ஒவ்வொரு கல்லூரிக்கும் ஒரு வரலாறும், அது உருவாக்கப் பட்டதின் பின்புலத்தில் வலி மிகுந்த போராட்டமும், எண்ணற்ற தியாகமும், பெரும் கனவும், நம்பிக்கையும், தொலைநோக்குப் பார்வையும் உள்ளன. அந்தக் காலடிச்சுவடுகளை அறியாமல் ஒருவர் அந்தக் கல்லூரியில் காலடி எடுத்துவைப்பது என்பது அர்த்தமற்ற தாகிவிடும்.

தென்னிந்திய உயர்கல்வியின் முதல் வித்தாகத் திகழ்வது சென்னை மாநிலக் கல்லூரி. கிழக்கிந்தியக் கம்பெனியார் மதராஸ் நகருக்கு வந்து 38 ஆண்டுகளுக்குப் பின்னர் அதாவது 1678ஆம் ஆண்டில்தான், மக்களுக்குக் கல்வி அளிக்க வேண்டும் என்ற சிந்தனை ஏற்பட்டது. என்றாலும் 1717-இல் கிறித்துவ சமயக் குழுக்களின் முயற்சியால்தான் முதன்முதலில் மதராஸில் இரண்டு பள்ளிக்கூடங்கள் தொடங்கப்பட்டன. இருப்பினும் உயர்கல்விக்காக நீண்ட நாட்கள் காத்திருக்கும்படியாக இருந்தது.

1838-ஆம் ஆண்டு மெட்ராஸ் கவர்னராகப் பொறுப்பேற்ற எல்ஃபின்ஸ்டன் பிரபு அவர்களுக்கு மக்களுக்கு நன்மை செய்ய வேண்டும் என்ற எண்ணம் மேலோங்கி இருப்பதை அறிந்து கொண்ட, அப்போதைய அரசு வழக்கறிஞரான ஜார்ஜ் நார்ட்டன் என்பவர் 1839 நவம்பர் மாதம் பெரும் முயற்சி எடுத்து 70 ஆயிரம் பொதுமக்களிடம் கையொப்பம் பெற்று மதராஸ் நகரில் ஆங்கிலக் கல்லூரி ஒன்றினை ஏற்படுத்த வேண்டும் என்று மனு ஒன்றினைக் கொடுத்தார். அந்த மனுவில் கவனிக்கத்தக்க வாசகம் இடம் பெற்றிருந்தன.

"கல்வியின் அளவிடமுடியாத நன்மைகள் பற்றி நாங்கள் தெரிந்து வைத்திருக்கிறோம். பயனுள்ள அறிவு எப்படிப்பட்ட விளைவுகளை உருவாக்கும் என்பது எங்களுக்குப் புரிகிறது. நாட்டின் செழிப்புக்கு மக்களின் அறிவு வளர்ச்சியே சாதனம்"

"இந்தப் புனிதமான கல்விப் பணிக்கு நாங்கள் எங்கள் பங்கை அளிப்பதில் பெருமைப்படுகிறோம். ஏற்படுத்தப்போகும் கல்வி நிறுவனத்தில் எங்களுடைய பங்கிருக்க வேண்டும். எங்களது குரலுக்கும் மதிப்பளிக்கப்பட வேண்டும். கல்வி நிறுவன மேலாண்மையியலில் எங்களுக்கும் பங்கு வேண்டும்"

இதில் மக்களிடம் கல்வியின் மீது இருந்த தாகத்தையும், அது சுதந்திரத் தன்மையோடும், மக்கள் பங்கேற்போடும் இருக்க வேண்டும் என்ற உரிமைக் குரலையும் நம்மால் உணரமுடிகிறது. அதற்குப் பிற்பாடு தொடர்ந்து முயற்சித்ததன் வாயிலாக ஆளுநர் எல்ஃபின்ஸ்டன் பிரபு 1838இல் தன்னுடைய சபைக் குறிப்பை எழுதினார்.

அதன் அடிப்படையில் மாநிலக் கல்லூரி 1840இல் உருவானது. தொடக்கத்தில் எழும்பூரில்தான் மாநிலக் கல்லூரி இயங்கியது. சென்னைப் பல்கலைக்கழகம் தொடங்குவதற்கு, அதாவது 1857 முன்னரே மாநிலக் கல்லூரி தொடங்கப்பட்டதால், தென் இந்தியாவின் உயர்கல்வியின் "தாய்" நிறுவனம் என்ற பெருமையை, புகழினை மாநிலக் கல்லூரி பெறுகிறது. சென்னைப் பல்கலைக்

கழகத்தின் "செனட் இல்லம்" 1874இல் தொடங்குவதற்கு முன்னர் வரை, சென்னைப் பல்கலைக்கழகமே மாநிலக் கல்லூரியில்தான் செயல்பட்டது என்பதுதான் வரலாறு!

அதுமட்டுமல்ல, நோபல் பரிசுபெற்ற அறிஞர்களான சர்.சி.வி.ராமன், சுப்பிரமணியன் சந்திரசேகர் போன்ற அறிவியல் அறிஞர்களையும், "சிந்தனைச் சிற்பி ம.சிங்காரவேலர்", தமிழறிஞர்கள் நெ.து.சுந்தரவடிவேலு, இலக்குவனார் போன்ற ஆளுமைகளையும் தந்தது மாநிலக் கல்லூரி.

இதேபோல சென்னைப் பச்சையப்பன் கல்லூரிக்கும் ஒரு தனித்துவமான வரலாறு உள்ளது.

பச்சையப்பர் கிழக்கிந்திய கம்பெனியின் இரு மொழியாளராக (துவி பாஷி)வும் முகவராகவும் பணியாற்றி தமது கடும் உழைப்பால் பெரும் செல்வத்தை ஈட்டியதோடு, மக்களுக்கு உதவி செய்து மக்கள் மத்தியில் புகழும் அடைந்தார். 40 ஆண்டு காலமே வாழ்ந்த பச்சையப்பர் (1754-1794) தான் சேர்த்த சொத்துக்களில் தன் குடும்பத்தினர் உறவினர்களுக்கு என்று ஒரு பகுதியையும், சிவ விஷ்ணு தர்மங்கள் செய்ய அன்றைய மதிப்பில் ரூ.3,71,745 ரூபாயும், மீதமுள்ள ரூ.3,89,761ஐ மதராஸ், காஞ்சிபுரம், சிதம்பரம் ஆகிய ஊர்களில் கல்வி நிறுவனங்களை ஏற்படுத்தி அனைவருக்கும் கல்வி கற்பிக்க வேண்டும் என விருப்ப ஆவணம் (உயில்) எழுதிவைத்துவிட்டு அதனை நிறைவேற்றும் பொறுப்பினை, உரிமையினை அவரின் குருநாதரும் இருமொழியாளருமான பௌனி நாராயணப்பிள்ளை அவர்களுக்கு வழங்கி இருந்தார்.

1794 முதல் 1842 வரையிலான எத்தனையோ தடைகள், இடையூறுகள், சட்டப்போராட்டங்களை எல்லாம் தாண்டி, சமூக நலனில் அக்கறைகொண்ட பலரின் கூட்டு முயற்சியாகும். அப்போது அட்வகேட் ஜெனரலாக இருந்த ஜார்ஜ் நார்ட்டன் அவர்கள் முயற்சியாலும், வழக்குரைஞர் சர் அர்பாட்காம்டன் ஒத்துழைப்பாலும் 48 ஆண்டுகள் கழித்து உச்ச நீதிமன்றத்தில் ஆணை பெற்று அவரின் அறக்கட்டளைக்குச் சேர வேண்டிய சொத்தினையும் அதற்கு உரிய வட்டியையும் பெற்றுத் தரப்பட்டது. அதன் அடிப்படையில் பச்சையப்பர் அறக்கட்டளை உயிர்பெற்று 1842-இல் பச்சையப்பர் பெயரில் பள்ளிக்கூடம் நிறுவப்பட்டது.

1846ஆம் ஆண்டு பச்சையப்பர் கல்லூரிக்கு, ஜார்ஜ் நார்ட்டன் அவர்களால் அடிக்கல் நாட்டப்பட்டு 1850இல் அப்போதைய ஆளுநர் ஹென்றி பொட்டிங்கர் அவர்களால் பச்சையப்பன் கல்லூரிக் கட்டிடம் திறக்கப்பட்டது!

அப்போது உயர்கல்வி என்பது இலவசக் கல்வியாக இருக்க வில்லை. ஆனால் தென்னிந்தியாவிலே கட்டணம் இல்லாமல் உயர்கல்வி வழங்கியது பச்சையப்பர் அறநிலையம்தான்.

ஆந்திராவின் முன்னாள் முதலமைச்சர் காசு பிரமானந்த ரெட்டி, மைசூர் மாநில முன்னாள் முதலமைச்சர் கே.சி.ரெட்டி மற்றும் தென் இந்தியாவில் அமைச்சர் நிலையில் இருந்த 13 திவான் கள், இந்திய தேசியக் காங்கிரசின் தலைவராக இருந்த சி. விஜயராகவாச்சாரி, தமிழகத்தில் மிகப்பெரிய அரசியல் மாற்றம் தந்த பேரறிஞர் அண்ணா, நாவலர் இரா.நெடுஞ்செழியன், பேராசிரியர் க.அன்பழகன் போன்ற அரசியல் ஆளுமைகளும், கணிதமேதை ஸ்ரீனிவாச ராமானுஜன், நாடகமேதை பம்மல் சம்பந்த முதலியார் மற்றும் தென்இந்தியாவிலே முதன்முதலில் வெளியான நாளிதழான சுதேசமித்திரனை (மகாகவி பாரதியார் உதவியாசிரியராகப் பணியாற்றிய இதழ்) தோற்றுவித்த ஜி.சுப்பிர மணிய ஐயர் உள்ளிட்ட எத்தனையோ ஆளுமைகளைத் தந்தது பச்சையப்பன் கல்லூரி! தமிழகத்தில் முதன்முறையாக பொது மேடையில் மகாத்மா காந்தி உரையாற்றியதும் பச்சையப்பன் கல்லூரி வளாகத்தில்தான் என்பது பெருமைமிக்க வரலாறு.

தொடக்கத்தில் "மெட்ராஸ் பல்கலைக்கழகம்" பட்டங்களை வழங்கும் பணியையும் கல்வித் திட்டங்களை வகுத்துத்தரும் பணி யையும் மட்டுமே செய்தது. மாணவர்களுக்குப் பாடங்களைச் சொல்லிக் கொடுக்கும் பணியை பச்சையப்பன் கல்லூரியும், மாநிலக் கல்லூரியும் பின்னர் தாம்பரம் கிருத்துவக் கல்லூரியும் பகிர்ந்து கொண்டன: 1904 ஆம் ஆண்டிற்குப் பின்னர்தான் பல்கலைக்கழகம் சில சிறப்புப் பாடங்களை தொடங்கி நடத்தியது. பல்கலைக்கழகத்தில் ஆராய்ச்சி பணிகள் மட்டுமே தொடர்ந்து மேற்கொள்ளப்பட்டு வந்தன.

இந்த இடத்தில் மற்றொன்றையும் நாம் கவனத்தில் கொள்ள வேண்டும். இந்தியாவில் முதன்முதலாக 1914-இல் மூன்று மகளிர் கல்லூரிகள் தொடங்கப்பட்டன. அதில் ஒன்று சென்னை இராணி மேரிக் கல்லூரி. பெண்களுக்கு கல்வி கற்பிக்க இந்தியாவில் பெண் ஆசிரியர்களே இல்லாத நிலையில் இங்கிலாந்து நாட்டில் இருந்து பெண் ஆசிரியர்களை இந்தியாவுக்கு அழைத்து வந்து கல்வி கற்பிக்க ஏற்பாடு செய்தார்கள் என்பதையும் நாம் உள்வாங்கிக்கொள்ள வேண்டும்.

இன்றைய நிலையில் தமிழ்நாட்டில் மொத்தம் 2,344 கல்லூரி கள், 32 லட்சத்து 35 ஆயிரத்து 364 மாணாக்கர்கள் என்ற நிலையை அடைந்துள்ளோம்.

இத்துடன் நமது இந்தியாதான் உலகிலேயே மிகவும் “இளமை யான” நாடு. இன்றைய உலக மக்கள் தொகை 732 கோடி, இந்தியா வின் மக்கள் தொகை 125 கோடி. இந்திய மக்கள் தொகையில் 65 சதவீதம் பேர் 35 வயதுக்கு கீழ் உள்ளவர்கள். இந்த இளைஞர் சக்தி உலகில் வேறு எந்த நாட்டிற்கும் இல்லை.

நம்மிடம் உள்ள கல்வி வளங்களையும், மனித வளங்களையும் குறிப்பாக இளைஞர் சக்தியை நல்வழிப்படுத்தி, நெறிப்படுத்தி ஆக்கப்பூர்வமான மாற்றங்களுக்குப் பயன்படுத்துவது காலத்தின் தேவை. சர்வதேச அளவில் மாணவர்கள் முன்னெடுத்த போராட்ட களங்களும் மானுட மேன்மைக்கான பயணங்களும், வரலாற்றுப் பதிவுகளாகின்றன.

1939ஆம்ஆண்டு செக்கோஸ்லாவியாவின் தலைநகர் பிராக் கிஸ் சார்லஸ் பல்கலைக்கழகத்தில் நடைபெற்ற மாணாக்கர்களின் எழுச்சிமிகு போராட்டத்தின் நினைவாக உலகம் முழுவதுவும் நவம்பர் 17ஆம் நாளை சர்வதேச மாணவர் தினம் ஆக ஐக்கிய நாடுகள் சபை கடைப்பிடித்து வருகிறது. இதேபோல் கிரேக்கத்தில் 1967-1974இல் இராணுவ ஆட்சிக்கு எதிராக “ஏத்தன்ஸ்” மாணவர் கள் நடத்திய போராட்டத்தின் நினைவாக நவம்பர் 17 கிரேக்கத்தில் பொதுவிடுமுறை நாளாக உள்ளது.

நமது இந்தியாவில் சுதந்திரப் போராட்டத்தில் தமிழக மாணவர்களிடையே வீறு கொண்டு எழுந்த விடுதலைப் போராட்ட எழுச்சியும், பின்னர் 1965-இல் இந்தி திணிப்புக்கு எதிராக அதே உணர்வுடன் நடந்த மொழிப்போராட்டமும், 1983-இல் இலங் கையில் நடைபெற்ற இனப்படுகொலைக்கு எதிரான இன உணர்வு எழுச்சியும், தற்போது 2016-இல் “ஜல்லிக்கட்டுக்கு” எதிரான தடையை நீக்கக் கோரி சென்னை மெரினாவில் நடைபெற்ற பண்பாட்டுப் பாதுகாப்புப் போராட்டமும் சர்வதேச மாணவர் களால் நினைக்கப்படுகிறது. வரலாற்றில் நிலைபெறுகிறது. மாண வர்களின் பொதுச்செயல்பாடுகள் நினைக்கப்படவேண்டுமே தவிர பழிக்கப்படக் கூடாது!

தினமணி

21.6.2017

சென்னையின் வளர்ச்சியும் வரலாற்றுத் தடமும்

சென்னை தமிழ்நாட்டின் தலைநகர் மட்டுமல்ல, உலகத் தமிழர்களின் பண்பாட்டுமையமாகவும் கருதப் படுகிறது. உலக அளவில் 35ஆவது பெரிய நகரம், இந்தியாவில் நான்காவது பெரிய நகரம் என்ற சிறப்பினையும் சென்னை பெறுகிறது.

விஜயநகரப் பேரரசின் வழிவந்தவரான சந்திரகிரி இரண்டாம் வெங்கட்டாவின் தளபதியாக இருந்தவர், தாமல் சென்னப்ப நாயக்கர். இவர் வந்தவாசியைத் தலைமையிடமாகக் கொண்டு ஒரு சிற்றரசராகச் செயல்பட்டு வந்தார். இவருக்குக் கீழே தாமல் அய்யப்ப நாயக்கர், பூந்தமல்லியைத் தலைமையிடமாகக் கொண்டு செயல் பட்டு வந்தார். (இவர் பெயரில் அமைந்தது தான் போரூருக்கு அருகில் உள்ள ஐயப்பன் தாங்கல்) இவர்களிடம் ஒரு படையும் இருந்துள்ளது. அதில் 15 ஆயிரத்திற்கும் மேற்பட்ட படைவீரர்கள் இருந்தனர். தாமல் சென்னப்ப நாயக்கருக்குப் பின்னர் அவரது மகன் வெங்கடப்ப நாயக்கர் பாளையக்காரராக இருந்துள்ளார். இவரிடம் இருந்துதான் ஃபிரான்சிஸ் டே தற்போது தலைமைச் செயலகம் அமைந்துள்ள பகுதியை 1639 ஆகஸ்ட் 22 அன்று பத்திரம் எழுதிப் பெற்றுள்ளார்.

அந்தப் பகுதியில் தான் பிரிட்டிஷ்காரார்கள், செயின்ட் ஜார்ஜ் கோட்டையை 1640-இல் கட்டினர். அதுவே மெட் ராஸ் நகரம் உருவாக அடித்தளமாக அமைந்தது. இதன் அடிப்படையில், ஃபிரான்சிஸ் டே அந்த நிலத்தைப் பத் திரம் எழுதிப் பெற்ற 1639 ஆகஸ்ட் 22 எனவே ஒவ்வொரு

ஆண்டும் அந்தநாளை "சென்னை தினமாக" கொண்டாடுகின்றனர். அப்படிப் பார்த்தால் தற்போது சென்னை நகருக்கு வயது 379.

ஃபிரான்சிஸ் டே அந்த நிலத்தை வாங்க வெங்கடப்ப நாயக்கரிடம் பேரம் பேசிய போது, அவர் தன் தந்தை சென்னப்ப நாயக்கரின் பெயரை, புதிதாக அமைய உள்ள குடியிருப்பிற்குச் சூட்ட வேண்டும் என்ற கோரிக்கையுடன் நிலத்தை, பட்டா எழுதிக் கொடுத்ததனால் "சென்னைப் பட்டினம்" என பெயர் வந்ததாகச் சொல்லப்படுகிறது. "சாந்தோம்" ஊரில் வசித்து வந்த "மத்ரா" என்ற போர்ச்சுக்கீசிய குடும்பத்தைச் சேர்ந்த ஒரு பெண்ணுடன் ஃபிரான்சிஸ் டே காதல் வயப்பட்டிருந்தார். அதனால் தன் காதலியின் குடும்பப் பெயரையே புதிய குடியிருப்புப் பகுதிக்கு சூட்டி விட்டார் என்றும் சொல்லப்படுகிறது. "ஃபிரான்சிஸ் டே" வாங்கிய நிலத்திற்கு அருகில் ஒரு தோட்டத்தில் வாழ்ந்த ரோமன் கத்தோலிக்க தலையாரியின் பெயர் "மதராசன்" அவனின் பெயரிலே "மதராஸ்பட்டனம்" என்று நிலவியதாகவும் கூறுவர்.

ஹென்ரி டே விட்சன் லவ் என்ற ஆய்வாளர் வெங்கடப்ப நாயக்கர் இந்த இடத்தினை ஃபிரான்சிஸ் டே வுக்கு கொடுப்பதற்கு முன்பு அப்பகுதிக்கு "சின்னப்பதம்" என்று பேர் இருந்திருக்கலாம் என்கிறார். சென்ன கேசவப் பெருமாள் கோயிலுக்கு 1644 இல் அளிக்கப்பட்ட நில ஆவணத்திலும் "சின்னப்பதம்" என்ற பெயர் குறிக்கப்பட்டு இருக்கிறது. இதுவே "சென்ன கேசவப் பட்டனம்" என்றாகி பின்னர் "சென்னை கேசவபுரம்" என்றும் "சென்னைப் பட்டனம்" என உருமாறியதாகச் சொல்கின்றனர்.

ஃபிரான்சிஸ் டே புதிய குடியிருப்புப் பகுதியை உருவாக்கிய காலத்தில் அப்பகுதியை, அதாவது தற்போது தலைமைச் செயலகம் அமைந்துள்ள பகுதியைத் தவிர மற்ற பகுதிகள் பெரும்பாலும் வனப் பகுதிகளாகவும், வேளாண்மை நிலங்களாகவும் இருந்துள்ளன. எழும்பூர், (ஏழு சிற்றூர்களைக் கொண்ட பகுதி - எழுப்பூர் எனப் பட்டது) சேத்துப்பட்டு, நுங்கம்பாக்கம், திருவொற்றியூர், திரு-அல்லி -கேணி, சாந்தோம், மைலாப்பூர், திருவான்மியூர், போன்றவை 19ஆம் நூற்றாண்டிற்கு முன்னதாகவே சிறு சிறு குடியிருப்புகளாக இருந்துள்ளன. தற்போதைய "மவுண்ட்ரோடு" மலைப்பாதையாக இருந்துள்ளது. 1726-இல் தான் இது போக்குவரத்திற்குப் பயன் படுத்தப்பட்டுள்ளது.

மதராஸ் பல சிற்றூர்களை எல்லாம் தன்னோடு இணைத்துக் கொண்டுதான் வளர்ச்சி அடைந்துள்ளது. தெற்கே அடையாற்றில் இருந்து வடக்கே திருவொற்றியூர் கிராமத்திற்கு ஒரு மைல் தூரம் வரை. அதாவது அகலம் 3 மைல் பரப்பளவு 27 சதுரமைல்கள் வரை மெட்ராஸ் விரிவடைந்து இருந்ததாக 1939 நகராட்சி

ஆவணம் குறிப்பிடுகிறது. தொடக்கத்தில் மதராஸ் நீதிமன்றத்தின் அதிகாரவரம்பு பத்து மைல் தொலைவாகவே இருந்தது என்பதும் இங்கே கவனிக்க வேண்டும்.

கவர்னர் தாமஸ் பிட் என்பவர் கோட்டைக்கு வெளியே கிண்டி வனப்பகுதியில் அரசினர் இல்லம் ஒன்றை உருவாக்கினார். அந்தப் பகுதி, தற்போது கவர்னர் மாளிகை, காந்தி மண்டபம், சிறுவர் பூங்காவை உள்ளடக்கிய பகுதியாகும். 17 ஆம் நூற்றாண்டில் கிழக்கிந்திய கம்பெனியின் அதிகாரிகள், ஏஜெண்ட்டுகள், ஊழி யர்கள் கோட்டைக்கு வெளியேவும் விவசாய நிலங்களை குத்த கைக்கு எடுத்துத் தோட்ட இல்லங்களை அமைத்துத் தங்கத் தொடங்கினர். இதனால் விளை நிலங்கள் வீணாவதாக அப்போது புகார்கள் எழுந்தன.

அப்போது நெல், வாழை, கரும்பு, காய்கறிகள் விளைந்து கொண்டிருந்த வயல் வெளியில் (தேனாம்பேட்டை) ரிச்சர்ட் எல்டாம் என்னும் வணிகர், அரை ஏக்கர் நிலம் வாங்கி "லஸ் இல்லம்" என்று ஒரு வீட்டைக் கட்டினார். தற்போது உள்ள எல்டாம் சாலை இவர் பெயரைத்தான் தாங்கியுள்ளது. 1801 - இல் இவர் மதராஸ் மேயராகவும் இருந்தார். நந்தவனம் (நந்தனம்) பகுதி யில் தாடு என்ற வேட்டைக்காரரர் வன இல்லம் அமைத்து இருந்த தாகத் தெரிகிறது. தற்போது சைதாப்பேட்டையில் 'தாடண்ட நகர்' இவரின் பெயரைக் கொண்டது தான்.

புதுப்பாக்கத்தில் வந்த முதல் குடியிருப்பு "மெக்கே தோட்டம்". இதை உருவாக்கியவர் ஜார்ஜ் மெக்கே. இவர் 1738 புனித ஜார்ஜ் கோட்டைக்கு வந்து சேர்ந்த வணிகர். இவர் 1756 இல் மதராசின் மேயரானார். "ஜேம்ஸ் டெய்லர்" என்ற அரசு ஊழியர், அரசு வேலையை விட்டு விட்டு முழுநேர வணிகர் ஆனவர். 1764 கீழ்ப்பாக்கம் பகுதியில் அரசிடம் 99 வருடத்திற்கு ஒரு தோட்டத்தை குத்தைகைக்கு எடுத்துப் பெரிய தோட்ட இல்லம் அமைத்துக் குடி யிருந்தார். இவர் கர்னாடக நவாபிற்கு ஒரு லட்ச ரூபாய் வட்டிக்குக் கடனாகக் கொடுத்தவர். தற்போது உள்ள "டெய்லர் சாலை" இவரு டைய பெயரில் அமைந்தது தான்.

1820இல் வில்லியம் மான்டியத் என்ற புகழ் பெற்ற பொறி யாளர் தோட்ட இல்லம் அமைந்த பகுதிதான் தற்போது மான்டியத் சாலை என வழங்கப்படுகிறது. சிலர் ஒன்றுக்கும் மேற்பட்ட தோட்ட இல்லங்களையும் வைத்திருந்தனர். வாலாஜா நவாபுக்கு மதராசில் 37 தோட்ட இல்லங்கள் இருந்தன.

1651ஆம் ஆண்டு கிழக்கிந்திய கம்பெனி முகவர் கீன்கில் என்ப வர் "பரங்கிமலை" பகுதியை வேட்டைப் பறவைகளைப் பழக்கப் பயன்படுத்தினார். 1685இல் உடல் நலம் குன்றியவர்களைத் தேற்று

வதற்காக கும்பெனியர் இப்பகுதியைப் பயன்படுத்தினர். 17ஆம் நூற்றாண்டில் தான் இப்பகுதியில் வீட்டுமனைகள் உருவாகின.

அரசு ஊழியர்களான ஜான்பின்னி, கேப்டன் பட்டுலோ, ஜேம்ஸ் பிராடி, ஜான் ஓயிட், எட்வார்ட் உட் பொறியாளர் வில்லியம் ஜெனரால் ஹோமில்ட்டன் ஹால், கோசா மேஜர் போன்றவர்கள் தனித்தனியே தாங்கள் விரும்பிய இடங்களில் தோட்ட இல்லங்களை உருவாக்கித் தங்கியிருந்தனர். பின்னாளில் இவைகளை ஒட்டியே மக்கள் குடியிருப்புகள் உருவாயின.

ஆங்கிலேயர்கள் மதராசில் குடியேறி 79 ஆண்டுகளுக்குப் பின்பு இங்கு வந்த அலெக்ஸேண்டர் ஹேமில்ட்டன் என்ற கிழக்கிந்திய வணிகர் 1718 இல் "சென்னப்பட்டணம் நான் பார்த்த ஊர்களிலேயே இடவசதியற்ற, தொல்லையான ஓர் இடத்தில் அமைந்துள்ளது. இவ்விடத்தின் முன்புறம் கட்டுக்கடங்கா வேகத்தில் அலைவீசும் கடற்கரை உள்ளது. சோழ மண்டலக் கடற்கரையில், இந்த இடத்தில் தான் அலைகளின் வேகம் மிகவும் அதிகம். கோட்டையின் அடித்தளம் மணற்பாங்கான இடத்தில் அமைக்கப் பட்டுள்ளது. புனித ஜார்ஜ் கோட்டைக்குப் பின்னால் உப்பு நீரில் ஓடும் ஆறு உள்ளது. இந்த ஆறு கோட்டைப் பகுதிக்குச் சுவையான நீர் வரும் ஊற்றுகளைத் தடுத்துவிடுகிறது. எனவே கோட்டையைச் சுற்றி குடிநீர் என்பதே இல்லை" என்று குறிப்பிட்டுள்ளதை எண்ணிப் பார்க்க வேண்டும்.

அப்போது இந்தக் குடிநீர் பிரச்சனை தீர கேப்டன் பேகர் என்ற ஆங்கிலப் பொறியாளரின் ஆலோசனைப்படி, இன்றைய மின்ட் பகுதியில் பத்து கிணறுகள் தோண்டப்பட்டன. அதில் ஏழு கிணறுகளில் ஊற்று நன்றாக இருந்தது. இதன் காரணமாக அப்பகுதிக்கு "ஏழு கிணறு" என்ற பெயர் நிலைத்தது. இது ஒருபுறம் இருக்க, மைலாப்பூர் குளத்தில் இருந்து வெள்ளநீர் மவுண்ட் சாலை குறுக்கே ஒரு கால்வாய் வழியாக ஓடுவது வழக்கம், தற்போது மாம்பலம் அமைந்துள்ள பகுதி மிகப் பெரிய குளமாக இருந்த இடம். கூவம் ஆற்றின் நீர் தெற்கே இதன் வழியாக வழிந்தோடி அமைந்தக்கரை அருகே அடையாற்றில் கலப்பது வாடிக்கை. 18ஆம் நூற்றாண்டில் பீட்ரஸ் உஸ்ச்சன் என்ற ஆர்மேனிய வணிகர் தன்னுடைய சொந்தச் செலவில் அடையாறு ஆற்றின் குறுக்கே சைதாப்பேட்டை கிண்டி ஆகிய இருஇடங்களையும் இணைக்க ஒரு பாலம் கட்டினார். அதை மர்மலாங் பாலம் என்பர். இப்படி பல சிற்றூர்களை பாலங்கள் வாயிலாக இணைத்தும், காட்டுப் பாதையாகவும், ஒற்றையடிப் பாதையாகவும் இருந்தவைகளை சீர்படுத்தி போக்குவரத்து வசதிகள் செய்யப்பட்டன. 1898இல் மன்றோ பாலத்தில் இருந்து நுங்கம்பாக்கம் செல்லும் ஒத்தையடிப்

பாதையின் மண்தடம் விரிவாக்கப்பட்டு நுங்கம்பாக்கம் சாலை அமைக்கப்பட்டது.

மதராசின் முதல் வரைபடம் 1710இல் கவர்னர் பிட் வெளி யிட்டார். அதன் வரைபடத்தின் படி முட்புதர்களால் ஆன தீவு ஒன்று குறிக்கப்பட்டுள்ளது. (தீவுத்திடல்), 1775 வரைபடத்தில் தான் மதராசின் எல்லைகள் விரிவுபடுத்தப்பட்டுள்ளன.

1871இல் தான் மதராஸ் நகரில் அறிவியல்பூர்வமான மக்கள் தொகைக் கணக்கெடுப்பு நடத்தப்பட்டது. அதன்படி மக்கள்தொகை 3 லட்சத்து 97 ஆயிரத்து 552. தற்போது சென்னையின் மக்கள் தொகை சுமார் ஒரு கோடியே 16 லட்சமாக மதிப்பிடப்பட்டுள்ளது.

மதராஸ் நகரின் போக்குவரத்து வசதிகளைப் பொறுத்தவரை, மாட்டுவண்டி, குதிரைவண்டிகளுடன், 1895 முதல் 1953 வரை ட்ராம்வண்டிகள் பயன்பாட்டில் இருந்தன. ஆனால் 1895இல் லண்டன் நகரத்தில் கூட டிராம்வண்டிகள் இல்லை. தங்கச்சாலை, கடற்கரைச்சாலை, மவுண்ட்ரோடு, பாரிமுனை உள்ளிட்ட பகுதிகளில் 100க்கும் மேற்பட்ட டிராம்வண்டிகள் இயங்கின. இது மணிக்கு ஏழு கிலோமீட்டர் வேகத்தில் சென்றது. “மெட்ராஸ் எலக்ட்ரிசிடி சிஸ்டம்” என்ற நிறுவனம் தான் இதனை இயக்கியது. இன்றைய பெரியார்திடல் தான் அன்றைய ட்ராம்வண்டிகளின் “ஷெட்” ஆகத் திகழ்ந்தது.

1832இல் பிரித்தானிய நிர்வாகம் இரயில்வண்டிக்கான தடத்தை, மதராசில் நிறுவியது. இதன் அடுத்த கட்டமாக சென்னை யின் முதல் இரயில் நிலையம் இராயபுரத்தில் 1853 இல் அமைக்கப் பட்டது. இதனை அடுத்தது “பார்க் டவுன் இரயில் நிலையம். தற்போது உள்ள எழும்பூர் இரயில் நிலையம் எழும்பூர் ரெடோ” என்ற பெயரில் வெடி பொருட்கள் பதுக்கிவைக்கும் இடமாக இருந்தது. இது 2.5 ஏக்கர் பரப்பளவு, இதில் 1.7 ஏக்கர் நிலம் டாக்டர் பால் ஆன்டி என்பவரிடம் இருந்து ஒரு லட்ச ரூபாய் கொடுத்துப் பெறப்பட்டது. சென்ட்ரல் இரயில் நிலையம் 1873இலும் எழும்பூர் ரயில் நிலையம் 1908 இலும் திறக்கப்பட்டது.

சென்னையில் உள்ள உயர் நீதிமன்றம், சட்டக் கல்லூரி எழும்பூர் சிற்பக் கலைக் கல்லூரி, மியூசியம், கன்னிமாரா நூலகம், போன்ற பல புகழ்பெற்ற கட்டிடங்களை உருவாக்கிய பொறியாளர் தாட்டிக்கொண்ட நம்பெருமாள் செட்டியார், தன்னுடைய சொந்தப்பயன்பாட்டிற்காக நாலு பெட்டிகள் கொண்ட ஒரு தனி இரயிலே வைத்திருந்தார்.

பஸ் போக்குவரத்தைப் பொறுத்துவரை 1925 முதல் 1928 வரை பேருந்துப் போக்குவரத்து என்ற நிறுவனம் ஏற்படுத்தித்

தந்தது. பின்னர் 1939 சட்டப்படி தனியார் பேருந்துகள் நாட்டுடமை ஆக்கப்பட்டது. 1895 மதராசில் முதல் மின்சார இரயில் இயக்கப் பட்டது.

மதராஸ் நகரமைப்பு திட்டமிடலுக்கு மூலகாரணமாக இருந்தவர் 1912 இல் மதராஸ் கவர்னராக இருந்த லார்ட் பென்ட் லான்ட், இவர் பாட்ரிக் கெட்டெஸ் என்ற பிரபல ஆங்கிலேய நகர வடிவமைப்பு நிபுணரை அழைத்துவந்து, மதராசின் சுற்றுப் புறத்தில் உள்ள வரன்முறையற்ற நகரமைப்பைச் சீர் செய்ய முயன் றார். 1915ஆம் ஆண்டில் எச்.வி.லான்செஸ்டர் என்பவர் நகர மைப்பு ஆலோசகராக நியமிக்கப்பட்டார். அவர் ஐரோப்பிய நகரங்களை மாதிரியாகக் கொண்டு சில திட்டங்களை நடை முறைப்படுத்தினார். பின்னர் 1920இல் பிரபல நகர வடிவமைப்பு பொறியாளர் கெட்டெஸ் மற்றும் லான் செஸ்டரின் அயராத முயற்சியால் மதராஸ் நகரமைப்புச் சட்டம் நிறைவேற்றப்பட்டது.

மக்கள்தொகைப் பெருக்கம், அளவற்ற இடப்பெயர்வு, கட்டுப் பாடு இல்லாத வாகனப் பெருக்கம் முறைப்படுத்தப்படாத நகர விரிவாக்கமும் நெறிப்படுத்தப்படாத நகரமைப்புத் திட்டங்களும் சென்னை நகரின் சீரான வளர்ச்சிக்கு சிக்கலாக உள்ளன. சென்னை நகர் அபரிமிதமாக வளர்ந்துள்ளது. ஆனால் மக்கள் வளமாகவும் நலமாகவும் வாழ்வதற்கு ஏற்ப அது சீராக அமைந்துள்ளதா என் பதுதான் சிந்திக்க வேண்டியது.

தினமணி

22.8.2018

தொன்மையும் தொடர்ச்சியும்

நமது இந்திய உயர்கல்வி அமைப்பு மிகத் தொன்மை யானது. நாளந்தா, தக்சசீலம், விக்ரம்சீலா, "காஞ்சிக் கண்டிகை" போன்ற பண்டைய இந்தியப் பல்கலைக் கழகங்கள் உலகிற்கே அறிவு வெளிச்சம் ஊட்டியுள்ளன. கி.மு.5ஆம் நூற்றாண்டைச் சார்ந்த நாளந்தா பல்கலைக் கழகம் நமது இந்தியாவின் முதற் பல்கலைக்கழகமாக மட்டுமல்ல, உலகிற்கே முன்னோடிப் பல்கலைக்கழகம் என்று சொல்லும் அளவுக்கு அதன் காலமும், கட்ட மைப்பும், கற்றல், கற்பித்தல் கோட்பாடுகளும், மேலாண்மை முறைமையும் அமைந்திருந்தன.

இன்று உலகப்புகழ் பெற்றுள்ள ஆக்ஸ்போர்டு, கேம் பிரிட்ஜ் பல்கலைக்கழகங்களோடு ஒப்பிடுகின்றபோது 700 ஆண்டுகள் தொன்மை வாய்ந்ததாகவும் ஐரோப்பாவின் பலோக்னா பல்கலைக்கழகத்தோடு ஒப்பிடுகின்றபோது 600 ஆண்டுகள் தொன்மையானது நாளந்தா பல்கலைக் கழகம்.

கி.மு. 5ஆம் நூற்றாண்டில் இருந்து 900 ஆண்டுவரைச் செயல்பட்ட நாளந்தாப் பல்கலைக்கழகத்தில் உலகின் பல நாடுகளில் இருந்தும் குறிப்பாகச் சீனா, கொரியா, ஜப்பான், திபெத், இந்தோனேஷியா, பாரசீகம், துருக்கி, இலங்கை, மங்கோலியா போன்ற நாடுகளில் இருந்தெல்லாம் மாண வர்கள் வந்து பயின்றுள்ளனர்.

இன்றுள்ள உலக அளவிலான உயர்கல்வி அமைப் பிற்கு "நாளந்தா"வே அடித்தளம். உயர்கல்வியின் சித்தாந்தமே மாணாக்கர்களிடம் ஆய்வுச் சிந்தனையைத் தூண்டி சமூக

மேம்பாட்டிற்கான கோட்பாடுகளை, புத்தாக்கங்களை உருவாக்கு வதும், உருவாக்கப் பட்டவைகளை ஆராய்ந்து மீள் உருவாக்கம் செய்வதும் ஆகும். இதுதான் நாளந்தாவின் அடிப்படைப் போதனை முறையாக, அதாவது விவாதங்கள் வாயிலாகவும், தேடுதல் மூல மாகவும், கண்டடைதல் வாயிலாகவும் வெளிச்சம் பெறுவதும், தொடர்ந்து புதுப்புது அனுபவங்களைப் பெறுவதும் பகிர்வதும் அதன் வாயிலாக வேறு ஒரு அனுபவத்தளங்களை அடைவதுமே நோக்கமாக இருந்துள்ளது.

இன்று உலகத் தரவரிசையில் இடம்பெற்றுள்ள பல்கலைக் கழகங்களில் இத்தகைய தன்மையைக் காணமுடிகிறது.

இன்று சர்வதேச அளவில் பின்பற்றப்படும், மாணவர் சேர்க்கைக் கான நுழைவுத்தேர்வு ஆசிரியர்களுக்கான தகுதித்தேர்வு ஆசிரியர் மாணவர் விகிதம், தங்கிக் கல்வி பயிலும்முறை மாணவர்களுக்கு உதவித் தொகை வழங்குதல், கற்பித்தல், விரிவுரை, செய்து காட்டல். சிந்தனைக் களங்களை முன் வைத்தல், நூலகம், (நாளந்தாவில் ஒன்பது தளங்களைக் கொண்ட மூன்று கட்டடங்களில் லட்சக் கணக்கான நூல்கள் துறைவாரியாகப் பிரித்து, மாணவர்களின் பயன்பாட்டிற்கு வைக்கப்பட்டிருந்ததாக யுவான் சுவாங் குறிப்பிடு கிறார்) நாளந்தா வழங்கியதாகும்.

இந்தப் பின்புலத்தில், நம் தொன்மையின் தொடர்ச்சியாக இப்போதுள்ள இந்திய உயர்கல்வி அமைப்பினை, அதன் ஆழ அகலங்களை மதிப்பிடுகின்றபோது உலகத்தர வரிசைப் பட்டியலில் முதல் 200 இடங்களில் நமது இந்தியப் பல்கலைக்கழகங்கள் ஒன்று கூட இடம்பெறவில்லை என்றபோதிலும் நமது உயர்கல்வி அமைப்பு விரிந்த தளத்தில், மிகப்பெரிய கட்டமைப்புக் கொண்ட தாக உள்ளது என்பதனை மறுப்பதற்கில்லை!

2015-2016 ஆம் ஆண்டிற்கான இந்திய உயர்கல்வி அளவீடு அறிக்கையை மத்திய மனித வள மேம்பாட்டு அமைச்சகம் சமீபத் தில் வெளியிட்டுள்ளது. அதன் விவரப்படி சென்ற ஆண்டு இந்திய அளவில் 757 பல்கலைக்கழகங்கள் இருந்த நிலையில் அது தற் போது 799 ஆக அது உயர்ந்துள்ளது. இதில் 277 தனியார் பல்கலைக் கழகங்களாகும்.

கல்லூரிகளின் எண்ணிக்கையைப் பொருத்தவரை 2014 2015இல் 1015 புதிய கல்லூரிகள் தொடங்கப்பட்டதால் இன்றைய நிலையில் 39,071 கல்லூரிகள் உள்ளன. இதில் அரசால் நிர்வகிக்கப் படுபவை 7,988 மட்டுமே. 27,679 கல்லூரிகள் அதாவது 78 சத வீதக் கல்லூரிகள் தனியார் வசம் உள்ளன.

தமிழ்நாட்டில் 58 பல்கலைக்கழகங்களும் 2,344 கல்லூரிகளும் உள்ளன. இதில் 315 மட்டும் அரசுக் கல்லூரிகள் மற்றவை 248

அரசு உதவிபெறும் கல்லூரிகள். 1,781 தனியார் சுயநிதிக் கல்லூரி களாகும்.

18-23 வயதுக்கு உட்பட்ட மக்கள் தொகைக்கு இந்திய அள வில் சராசரியாக 28 கல்லூரிகளும், தமிழ்நாட்டில் 32 கல்லூரிகளும் உள்ளன.

இந்திய அளவில் உயர்கல்வியில் 18 முதல் 23 வயதுக்கு உட் பட்டவர்களின் மாணவர் சேர்க்கை விகிதம் 2014-2015இல் 23.6 சதவீதமாக இருந்தது. தற்போது அது 2015-2016 இல் 24.5 சதவீத மாக உயர்ந்துள்ளது. இதில் ஆண்கள் 24.5 சதவீதம் பெண்கள் 22.7 சதவீதம், தாழ்த்தப்பட்ட வகுப்பினர் 19.9 சதவீதம் மலைவாழ் மக்கள் 14.2 சதவீதம் ஆகும்.

தமிழ்நாட்டில் இந்த எண்ணிக்கை, இந்திய சராசரியான 24.5 சதவீதம்தாண்டி 44.3 சதவீதமாக எட்டியுள்ளது. இதேபோல் தாழ்த் தப்பட்ட வகுப்பினரில் 34.4 சதவீதமும், மலைவாழ் மக்களில் 31.8 சதவீதமாகவும் உள்ளது.

உயர்கல்வியில் உயர்ந்த நிலையில் உத்திரப்பிரதேசம், மத்தியப் பிரதேசம், கர்நாடகம், ராஜஸ்தான், ஆந்திரா, தமிழ்நாடு, தெலுங் கானா ஆகிய ஏழு மாநிலங்கள் முன்னோடியாக இருந்தன. இவற்று டன் 2015-2016இல் மத்தியப் பிரதேசமும் சேர்ந்துள்ளது.

இந்திய அளவில் மாணாக்கர்கள் அதிகம் தேர்வு செய்யும் படிப்பு எது என்று பார்க்கின்றபோது அது, கலை, அறிவியல் பாடங்களே! 2015-2016 MHRD புள்ளி விபரங்களின்படி 40 சதவீதம், கலை, இலக்கியம், சமூக அறிவியல் பாடங்களிலும், 16 சதவீதம் அறிவியல் பாடங்களிலும், 14 சதவீதம் வணிகவியல் பாடங்களிலும் சேர்ந்துள்ளனர். 15.6 சதவீதம் மாணாக்கர்கள் மட்டுமே பொறி யியல் தொழில்நுட்பப் படிப்புகளில் சேர்ந்துள்ளனர் என்பது குறிப் பிடத்தக்கது!

கடந்த 2015-2016 கல்வியாண்டில் மட்டும் 165 நாடுகளில் இருந்து 45,425 மாணாக்கர்கள் இந்தியாவுக்கு உயர்கல்வி பெற வருகை புரிந்துள்ளனர். இதில் நேபாளம், ஆப்கானிஸ்தான், பூட்டான், நைசீரியா, சூடான் போன்ற அண்டை நாடுகளைச் சார்ந்தவர்களே அதிகம்.

இருப்பினும், இந்தியப் பல்கலைக்கழகங்கள் ஏன் ஒன்றுகூட உலகத்தர வரிசையில் இடம்பெற முடியவில்லை? என்ற கவலை சாமானியனில் இருந்து ஜனாதிபதி வரை இருக்கிறது! இது தனி யாக ஆராய்ந்து பார்க்க வேண்டியது. இருப்பினும், உலகத்தர வரிசைப் பட்டியலில் தொடர்ந்து முதல் 25 இடங்களைப் பிடித்து வரும் ஆக்ஸ்போர்டு யுனிவர்சிடி, கலிபோர்னியா இன்ஸ்ட்டியூட்

ஆப் டெக்னாலஜி, ஸ்டாண்போர்டு யுனிவர்சிடி, ஹார்ட்வேர்டு யுனிவர்சிடி, பிரின்ஸ்டன் யுனிவர்சிடி, லண்டன் இம்பீரியல் காலேஜ், யுனிவர்சிடி ஆப் கலிபோர்னியா, சிகாகோ யுனிவர்சிடி இவைகளின் செயல்பாடுகளை நாம் கவனித்துப் பார்க்க வேண்டும்.

உயர்கல்வியின் நான்கு தூண்களாக கற்பித்தல் ஆராய்ச்சி மேற்கோள்களில் இடம்பெறுதல் மற்றும் சர்வதேச அளவிலான வெளிப்பாடு கருதப்படுகிறது. இதில் கவனிக்க வேண்டிய அம்சங் கள். தரமான ஆசிரியர்கள், ஆசிரியர்களின் எண்ணிக்கை, ஆய்வு முயற்சிகள், ஆய்வு வெளிப்பாடு, நூலக, ஆய்வக வசதி, கற்றல், கற்பித்தல் கோட்பாடுகள்.

2016இல் உலகத் தரவரிசைப் பட்டியலில் முதல் 10 இடங் களைப் பிடித்த பல்கலைக்கழகங்களில் ஆசிரியர் - மாணாக்கர் விகிதம் சராசரியாக 6 மாணாக்கர்களுக்கு 3 ஆசிரியர்கள் என்ற விகிதத்தில் உள்ளது. இதில் முதல் 100 இடங்களைப் பிடித்த பல் கலைக்கழங்களில் சராசரியாக 16 மாணாக்கர்களுக்கு 5 ஆசிரியர் என்ற விகிதத்திற்குக் குறையாமலே இருப்பதைக் காண முடிகிறது. நமது இந்தியாவில் 2015-2016 கணக்குப்படி சராசரியாக 21 மாணாக்கர்களுக்கு ஒரு ஆசிரியர் என்ற விகிதத்திலே ஆசிரியர் கள் எண்ணிக்கை இருக்கிறது.

ஆசிரியர்களின் எண்ணிக்கையைப் போலவே ஆசிரியர்களின் தகுதியும் முதன்மையானது. ஒரு பல்கலைக்கழகத்தின் தகுதி என்பது அங்கு பணியாற்றும் ஆசிரியர்களின் தகுதியைப் பொறுத்தே அமைகிறது. 2016இல் உலகத் தர வரிசைப்பட்டியலில் இடம்பெற்ற அமெரிக்காவைச் சேர்ந்த மாஸாசூசெட் தொழில் நுட்பக் கல்வி நிறுவனத்தின் தலைவர் மார்ட்டிஸ்மிட் “உலகின் தலைசிறந்த இளம் திறமைகளை அடையாளம் கண்டு எங்கள் நிறுவனத்தில் பணி அமர்த்தி வருகிறோம். இப்போது எங்கள் நிறுவனத்தில் பணியாற்று பவர்களில் 42 சதவீதத்தினர் அமெரிக்காவிற்கு வெளியே பிறந்த வர்கள்தான்” என்று குறிப்பிடுவதை நாம் கவனத்தில் கொள்ள வேண்டும். திறமைகளைத் தேடிக் கண்டறிவதும், அவர்களைப் பணியமர்த்துவதும், சுதந்திரமும் உயர்கல்வி நிறுவனங்களின் இப் போதைய உடனடித் தேவையாக இருக்கிறது.

உயர்கல்வி நிறுவனங்கள் மதிப்பும், தகுதியும் பெறுவது, அதன் ஆராய்ச்சி ஈடுபாட்டிலும், வெளிப்பாட்டிலும்தான். உயர்கல்வியின் தூண்களில் ஒன்று ஆராய்ச்சி. பேராசிரியர்களும், ஆய்வு மாணவர் களும் தனித்தனியாகவும், கூட்டாகவும் இணைந்து ஆராய்ச்சித் திட்டங்களில் ஈடுபடுவதும், ஆராய்ச்சி வெளிப்பாடுகளுக்குக் காப்புரிமைப் பெறுவதும் அந்த நிறுவனத்தின் நிலையை உயர்த்தும்.

நம் இந்தியாவில் உயர்கல்வி நிறுவனங்களின் ஆராய்ச்சிப் பங்களிப்பும் ஆராய்ச்சிப் படிப்புகளின் தரமும் உயர தீவிர முயற்சிகள் மேற்கொள்ள வேண்டும். 2015-16 மத்திய மனிதவள மேம்பாட்டு அமைச்சகத்தின் அறிக்கையின்படி மொத்தக் கல்லூரிகளில் 1.7% கல்லூரிகளில் மட்டுமே பி.எச்டி. ஆராய்ச்சிப் படிப்புகள் உள்ளன. உயர்கல்வியில் மொத்த மாணவர்களில் 0.4% ஆராய்ச்சிப் படிப்பில் சேர்கின்றனர்.

கடந்த கல்வி ஆண்டில், 1,26,451 பேர் பி.எச்டி. படிப்பிலும் 42,523 பேர் எம்.பில். படிப்பிலும் சேர்ந்துள்ளனர். தமிழ்நாட்டில்தான் இந்த எண்ணிக்கை அதிகம், பி.எச்டி.யில் 22,221 பேர்களும், எம்.பில். படிப்பில் 19,509 பேர்களும் சேர்ந்துள்ளனர். கர்நாடகம், டெல்லி, மகாராஷ்டிரா, தவிர மற்ற மாநிலங்களில் ஆராய்ச்சிப் படிப்புகளில் ஐந்தாயிரத்திற்கும் குறைவானவர்களே சேர்ந்துள்ளனர். ஆராய்ச்சித் துறையில் நாம் அடைய வேண்டிய தூரம் மிக அதிகம்! அதற்கான முயற்சிகளும், கால எல்லை வகுக்கப்பட்ட திட்டங்களும் தேவை.

2016இல் உலகத் தரவரிசைப் பட்டியலில் இடம்பெற்ற ஆக்ஸ்போர்டு பல்கலைக்கழகம், பேராசிரியர்கள் மற்றும் அதன் சர்வதேச மாணவர்களின் ஆய்வுத்திட்டங்கள், ஆய்வு, காப்புரிமை வாயிலாகவும், ஆலோசனைகள் வழங்கியதின் வாயிலாகவும் இந்திய மதிப்பில் சுமார் 12 ஆயிரம் கோடி ரூபாய் வருவாய் ஈட்டியுள்ளது.

இவற்றை எல்லாம் கருதிப் பார்க்கின்ற நிலையில், உலக அளவிலான உயர் தகுதிகொண்ட, திறன்மிகு ஆசிரியர்களும், ஆய்வுத் துறைகளின் மேம்பாடும் வளமான உட்கட்டமைப்பு வசதிகளையும் நாம் தனிக்கவனம் செலுத்தி மேம்படுத்தினால் மட்டுமே உயர் கல்வியில் நம்முடைய பண்டைய நிலையை மீட்டெடுத்து உயர்ந்த நிலையை அடைய முடியும்!

தினமணி
10.6.2018

மாறவேண்டும் மனப்பான்மை!

நண்பர் ஒருவர் தன்னுடைய மகளை "எங்கு படிக்க வைக்கலாம்? என்ன படிக்க வைக்கலாம்?" என்று என்னிடம் கேட்டார். "இதுவரை என்ன படித்திருக்கிறார்?" என்றேன்: "பி.எஸ்ஸி., கணினி அறிவியல்" என்றார். அப்படி என்றால் "எம்.எஸ்ஸி கணினி அறிவியல் படிக்க வையுங்கள்" என்றேன். "எங்கே படிக்க வைப்பது என்பதில் தான் குழப்பமே" என்றார். தொலைநிலைக் கல்வியில் படிக்கவையுங்கள் என்றேன். உடனே அவர் முகம் மாறி விட்டது. முகத்தில் கோபம், கொப்புளிக்க "என் மகள் நன்றாகப் படிப்பாள்"! என்றார் வெடுக்கென்று! அதனால் தான் சொல்கிறேன் தொலைநிலைக் கல்வி முறையில் படிக்க வையுங்கள் என்றேன் நிதானமாக! அவர் அதைப் புரிந்து கொள்ளவில்லை!

இது அந்த நண்பருக்கு மட்டுமல்ல, பலருக்கும் அந்தப் புரிதல் இல்லை. குழப்பமும், பயமும்! இது அறியாமை யினால் வருவதன்று. மனப்பான்மை, ஒரு வகையான மரபான கல்விமுறைக்கு நாம் பழக்கப்பட்டு விட்டதுதான் இதற்குக் காரணமாக இருக்க முடியும் என்று நினைக் கிறேன்.

சற்று திரும்பிப் பார்ப்போம். குருகுலக் கல்வி முறை என்பது ஆசிரியரை மையப்படுத்தியே இருந்தது. அதன் பின் அது கல்லூரி, பல்கலைக்கழக வகுப்பறைகளை நோக்கி நகர்ந்தவுடன் "நிறுவன மயமானது". அப்போதும் கூட

நான் இன்னாருடைய மாணவன் என்று சொல்லிக்கொள்ளும் மரபு தொடர்ந்தது. அதாவது நான் இன்னாரிடம் இலக்கணம் பயின்றவன், கணிதம் பயின்றவன், அறிவியல் பயின்றவன். எனக்கு "இவர்" தான் பொறியியல் கற்றுக்கொடுத்தார் என்று சொல்லிக் கொள்வதில் தனித்துவம் பெற முடிந்தது. இதுவே சென்ற தலைமுறையின் அறிவுப் பரவலின் அடையாளமாகவும் இருந்தது.

அதன்பின்னர் அந்த அடையாளப் பதிவு என்பது "நிறுவனம்" சார்ந்ததாக மாறிவிட்டது. இந்தக் கல்லூரியில் படித்தவன் என்பதிலும், இந்தப் பல்கலைக்கழகத்தில் "பட்டம்" பெற்றவன் என்று தன்னை வெளிப்படுத்திக் கொள்வதில் "வெளிச்சம்" பெற முடிந்தது. தேடமுடிந்தது! இன்றைய உலக மயமாக்கல் சூழலில் அதி நவீன தொழில் நுட்ப யுகத்தில் தான் பெற்றதை, கற்றதை "பட்டங்கள்" வாயிலாக மட்டுமே நிலை நாட்டுவதை விட, தன்னைத் தன் தனித்துவத்தால், படைப்பாற்றலால், சிந்தனையால், திறனால் நிரூபித்துக் காட்டினால் மட்டுமே நிலைக்க முடியும், நீடிக்க முடியும்! பட்டங்கள் என்பது ஒரு ஆதாரம் மட்டுமே, அதுவே அடையாளமாகி விடாது என்ற நிலைதான் உலகம் முழுவதுவும் தற்போது நிலவுகிறது.

மருத்துவம், பொறியியல், அறிவியல் குறிப்பாக அதிகம் புகழ் பெற்ற "மைக்ரோபயோலஜி", "நானோ டெக்னாலஜி", "கெமிக்கல் இஞ்சினியரிங்" உள்ளிட்ட பல சிறப்புப் படிப்புகளில் பட்டம், முதுகலைப் பட்டம் ஏன் பி.எச்டி., பட்டம் பெற்றும் கூட இன்னும் பலர் முறையான வேலையில்லாமல் தவிக்கின்றனர். இதுதான் தற்போதைய வருந்தத்தக்க நிலை! அப்படி என்றால் என்னதான் படிப்பது? என்ற குழப்பம் மிஞ்சுவது இயற்கையே!

"இப்போது என்ன படித்தாலும் வேலை கிடைக்காது என்றும், என்ன படித்தாலும் வேலை கிடைக்கும் என்றும் சொல்லலாம்" என ஒரு பன்னாட்டு நிறுவனத்தின் தலைவர் வேடிக்கையாகக் கூறினார்! அதன்பொருள் பல்கலைக்கழகப் பட்டத்தை மட்டுமே நம்பினால் மேற்படி தொடரின் முன்னது, தன்னையும் நம்பினால் பின்னது, இன்னும் எளிமையாகச் சொல்வதென்றால் "இங்கு வேலை இல்லை என்பதல்ல பிரச்சனை, வேலைக்குத் தகுதியானவர் இல்லை" என்பதுதான் பிரச்சனை! மற்றொன்று மாணவர்களின் மனப்பான்மை. "எல்லோரும் வேலை தேடுபவர்களாகத்தான் இருக்கிறார்கள். வேலை கொடுப்பவராக மாற முயற்சிப்பதில்லை! இதற்குக் கல்வி நிறுவனங்களின் வாயிலாக இறுக்கமான வகுப்பறைச் சூழலில் தகவலறிவு பெறுகின்றோமே தவிர, திறந்தநிலையில் போதிய அனுபவ அறிவு பெறுவதில்லை, அல்லது அதற்கான வாய்ப்பு இல்லை என்பதுதான் காரணமாக இருக்க முடியும்.

இப்போது முன்பு சொன்ன நண்பரின் விசயத்திற்கு வருவோம்.

இந்திய அரசின் மனிதவளமேம்பாட்டு அமைச்சகத்தின் MHRD 2014-15 அறிக்கையின்படி இந்தியாவில் மொத்தம் 757 பல்கலைக் கழகங்களும், 2,470 கல்லூரிகளும் உள்ளன. இதில் தமிழ்நாட்டில் 58 பல்கலைக்கழகங்கள் 2,470 கல்லூரிகள் உள்ளன.

இப்படிப் பார்க்கின்றபோது இந்திய அளவில் 18 முதல் 23 வயதிற்கு உட்பட்ட மக்கள் தொகையில், அதாவது உயர்கல்வி பெறத் தகுதியான வயதினரில் சராசரியாக ஒரு லட்சம் மக்கள் தொகைக்கு 27 கல்லூரிகள். தமிழ்நாட்டில் 37 கல்லூரிகள்தான் இருக்கின்றன.

இதன் வாயிலாக இந்திய அளவில் உயர்கல்வி பெறுவோர் களின் சராசரி எண்ணிக்கை Gross Enrollment Ratio 23.6 சதவீதம். தமிழ்நாட்டில் 44.8 சதவீதம். இதில் மாணவியர்களின் நிலை இந்திய சராசரி 22.7 சதவீதம்தான். தமிழ்நாட்டில் 42.7 ஆக உள்ளது. இப்படிப் பார்க்கின்றபோது உயர்கல்விபெறத் தகுதி யானவர்களில் பாதிக்கும் குறைவானவர்களுக்கே தற்போது உள்ள கல்லூரி, பல்கலைக்கழகங்கள் வாயிலாக உயர்கல்வி பெறும் வாய்ப்புக் கிடைக்கிறது. உயர்கல்வி பெறத் தகுதியானவர்களில் சரி பாதிக்கும் மேற்பட்டவர்களுக்கு உயர்கல்வி என்பது வெறும் கனவாகவே வடிந்துவிடுகிறது! பெண்களைப் பொருத்தவரை 25சதவீதத்திற்கும் குறைவாகவே உயர்கல்வி பெறும்நிலை! வளர்ந்த நாடுகளோடு ஒப்பிடும்போது இது மிகவும் தாழ்வான நிலைதான்!

இங்குதான் நாம் திறந்தநிலை மற்றும் தொலைநிலைக் கல்வி முறையின் அவசியம் பற்றிச் சிந்திக்க வேண்டும். இந்தியாவில் கடந்த 50 ஆண்டுகளுக்கு மேலாகவே தொலைநிலைக் கல்விமுறை நடைமுறையில் உள்ளது. இருப்பினும் அது முழுமையாகப் புரிந்து கொள்ளப்படவில்லை என்பதைவிட தவறாகப் புரிந்து கொள்ளப் பட்டுள்ளது என்பதுதான் பெரும் கவலை!

"கரஸ்பாண்டன்ஸ் கோர்ஸ்", "தபால் முறையில் படிப்பது". "பெயில் ஆனவர்கள் படிப்பது", "படிப்பு வராதவர்கள் படிப்பது" இன்னும் பல வழிகளில், அதன் உள்ளார்ந்த நுட்பங்களை, சிறப்புகளை அறியாமல் பயன்படுத்தப்படும் வார்த்தைப்பதங்களைக் கேட்கிறோம். இதில் மிகப்பெரிய வருத்தம் என்னவென்றால் கல்விப் பணியில் இருப்பவர்களே கூட, இதன் பல்வேறு தளங்களை அறியாமல் இருப்பதுதான்.

இந்தியாவில் புதுடில்லி பல்கலைக்கழகம் 1962லேயே தொலைநிலைக் கல்வி படிப்புகளைத் தொடங்கிவிட்டது. 1982இல் ஆந்திராவில் திறந்தநிலைப் பல்கலைக்கழகம் தொடங்கப்பட்டது.

1992, தேசிய அளவில் இந்திராகாந்தி தேசியத் திறந்தநிலைப் பல்கலைக்கழகம் தொடங்கப்பட்டது. தமிழ்நாட்டில் 2002இல் தமிழக அரசால் தமிழ்நாடு திறந்தநிலைப் பல்கலைக்கழகம் தொடங்கப்பட்டு 5.5 லட்சம் மாணாக்கர்கள் படிப்பதற்கு வாய்ப்பு உருவாக்கித் தரப்பட்டுள்ளது. இந்தியாவில் திறந்தநிலை, தொலைநிலைக் கல்வி வாயிலாக சுமார் 40 லட்சம் கோடிக்கும் மேற்பட்ட மாணாக்கர்கள் கல்வி பயில்வதாக ஒரு புள்ளி விபரம் குறிப்பிடுகிறது. இந்த எண்ணிக்கை ஆண்டுதோறும் பன்மடங்காக உயர்ந்து கொண்டே செல்கிறது. தமிழ்நாட்டில் உயர்கல்வித் துறையின் கீழ் உள்ள 13 பல்கலைக்கழகங்களும், இவற்றுடன் வேளாண்மை, பொறியியல், மருத்துவப் பல்கலைக்கழகங்களும் தொலைநிலைக் கல்வி வாயிலாகப் படிப்புகளை வழங்குகிறது.

திறந்தநிலை மற்றும் தொலைநிலைக் கல்வியின் சித்தாந்தம் ஆசிரியருக்கும் - மாணாக்கர்களுக்குமான நேரடித் தொடர்பு இடைவெளியை மாற்று வழியில் ஈடுசெய்து, கற்றல், கற்பித்தலை ஏற்படுத்துவதாகும். அதாவது ஆசிரியரும், மாணாக்கர்களும் வெவ்வேறு இடங்களில் இருந்தாலும் தகவல் தொழில்நுட்ப உதவியோடும், பல்வேறு வகையான ஊடகங்களைப் பயன்படுத்தியும் அந்த இடைவெளியைக் குறைத்து அல்லது இடைவெளியே இல்லாமல் செய்து கற்றல், கற்பித்தலை வலுப்படுத்தவும், வளப்படுத்தவும் செய்வதாகும். இதற்குத் தகவல் தொழில்நுட்பம் மிகவும் உதவியாக உள்ளது.

இதனால் தூரம், வயது, முன்கல்வித் தகுதி என்ற “மரபார்ந்த விதி”களைத் தளர்த்தி “இனி ஒரு விதி செய்வோம்” என்ற நிலை உருவாக்கப்பட்டிருக்கிறது!

இன்றைய தகவல் தொழில்நுட்பம் எல்லா வகையான சேவைகளையும், தன் வாழ்விடத்தில் இருந்தே பெறும் வசதியை, வாய்ப்பை நமக்கு உருவாக்கித் தந்துள்ளது. காணொலி காட்சி என்ற மின் ஆளுகையின் வழி வேலைவாய்ப்பு உள்ளிட்ட பல்வேறு வகையான நேர்காணல், ஆட்சி மற்றும் அலுவலக நிர்வாகம், நீதிமன்ற நடைமுறைகள் உட்படுத்தப்படுகின்றபோது வகுப்பறைகளின் அறிவார்ந்த உரையாடலுக்கு இடமில்லாமலா போய்விடும்?

பிரிட்டானிய நாட்டின் திறந்தநிலைப் பல்கலைக்கழகம் அறிவியல், தகவல் தொழில் நுட்பத்துறைகளில் வழங்கும் சில பட்டப் படிப்புகளின் தரமும், தகுதியும் புகழ்பெற்ற ஆக்ஸ்போர்டு பல்கலைக்கழகம், கேம்பிரிட்ஜ் பல்கலைக்கழகம், இம்பீரியல் அறிவியல் தொழில் நுட்பக் கல்லூரி ஆகிய உயர்கல்வி நிறுவனங்கள் வழங்கும் படிப்புகளைவிடச் சிறந்ததாகக் கருதப்படுகிறது.

மருத்துவக் கல்வி துறைகளில் இருதயம், சிறுநீரகம், கண், குழந்தைப்பேறு, குடல், போன்ற மிகச் சிக்கலான அறுவைச் சிகிச்சை முறைகளையும் மாற்று உறுப்புகள் பொருத்துவதையும், அறுவைச் சிகிச்சை அறைக்கு வெளியே இருக்கும் மருத்துவ மாணவர்களுக்குக் காணொலி மூலம் கற்பிக்கப்படுகிறது!

இதேபோல்தான் அறிவியல், தொழில்நுட்ப ஆய்வுகள், தொழிலகங்களின் இயக்கம், இயந்திரங்களை நிறுவுதல், பழுது நீக்குதல், பயன்படுத்துதல், ஆய்வுக் கூடங்களின் செயல்பாடுகளை மேலாண்மை செய்தல் என அனைத்தும் வளாகத்திற்கு வெளியே இருந்து செய்யப் படுகிறது. நேரலையாக மாணவர்களுக்கு வழங்கப்படுகிறது.

நமது மாணவர் ஒருவர் காரியாபட்டியில் இருந்து, கலிபோர்னியாவில் உள்ள ஆய்வகக் கணினியை இயக்க முடிகிறது. அதன் கோப்புகளைத் திருத்தமுடிகிறது. ஜெர்மனியில் இருந்து கொண்டு, சிவகாசி அச்சு இயந்திரங்களை இயக்கமுடிகிறது. இப்படியான தொழில்நுட்ப வளர்ச்சியில் இருக்கின்றபோது நாம் ஏன் கல்லூரி, பல்கலைக்கழகங்களின் வகுப்பறைகளுக்குச் சென்றுதான் கல்வி பெறமுடியுமா?

கிராமம், நகரம், மாநகரம், நாடு உலகம் என்ற பூகோள எல்லைகள் எல்லாம் விரல்நுனி தொட்டுவிடும் தூரத்தில் Cyber World ஆகச் சுருங்கிவிட்ட இந்தக் காலத்தில் எல்லையில்லாக் கல்வி வளங்களை நாம் வசதிப்படி, வசப்படுத்திக் கொள்ளக் கூடிய சாத்தியங்கள் நிறைந்து இருக்கின்றன.

மரபார்ந்த கல்வி வளாகங்களை நோக்கி நாம் தவம் கிடப்பதும் அதற்காக நேரத்தையும், பல கோடிகளைச் செலவிடுவதும் அர்த்தமற்றது. இதனை நாம் மிகச் சரியாகப் புரிந்துகொண்டு, நமக்கு முன்னால் உள்ள வாய்ப்புகளையும், வசதிகளையும் திறம் படப் பயன்படுத்திக் கொள்ள வேண்டும். "திறந்தநிலை", தொலை நிலைக் கல்வி முறையின் உன்னத நிலை என்பது, மிக அதிக அளவிலான பயனும் இறுக்கம் இல்லாத இலகுவான விதிமுறைகள் என்பதும்தான். இத்துடன் வாழ்நாள் எல்லாம் கற்றுக்கொள்ளக்கூடிய வாய்ப்பினையும் Life Long Learning இது நமக்கு வழங்குகிறது.

"இன்றிலிருந்து முப்பது ஆண்டுகட்குப் பின் பெரிய பல்கலைக் கழக வளாகங்கள் எல்லாம் நினைவுச் சின்னங்களாகி விடும். பல்கலைக்கழகங்கள் இப்போது உள்ள நிலையில் நீடிக்க இயலாது..." என புகழ்பெற்ற கல்வியாளர் பீட்டர் ட்ரூக்கர் கூறியதை நினைவில் கொள்ள வேண்டும். ஆசிரியர்களுக்கு மாற்றாக முடியாது என்பது உண்மைதான். இதை மறுப்பதற்கு இல்லை. தொலை நிலைக் கல்வியில் ஆசிரியர் - மாணவர் சந்திப்பு தவிர்க்கப்

படுவதில்லை. அது மாற்று வழியில் நடக்கிறது என்றாலும், "Let Nature be your Teacher" என்று வேர்ட்ஸ்வொர்த் கூறியதையும் கவனத்தில் கொள்ள வேண்டும். இதேபோல் மாற்றங்களை ஏற்றுக் கொள்ளாமல் வளர்ச்சி அடையமுடியாது என்பதனையும் நாம் சிந்தித்துப் பார்க்க வேண்டும். மாற்றங்களை ஏற்றுக்கொள்ளக் கூடிய மனப்பக்குவங்களை மாணவர் சமூகம் வளர்த்துக் கொள்ள வேண்டும். அதில்தான் உங்கள் வளம் இருக்கிறது".

உலகில் வலுவுள்ளது வாழவில்லை, அறிவுள்ளதும் வாழவில்லை. மாறுதலுக்கு ஏற்பத் தன்னைத் தயார்படுத்திக் கொண்ட இனம் தான் வாழ்கிறது என்பது உலகப் பரிணாம வளர்ச்சியில் நாம் கற்றுணர்ந்த பாடம்!

எனவே மாற்றத்தை ஏற்றுக் கொள்ளும் மனப்பான்மையும், மாற்றத்தை உருவாக்கும் அறிவாற்றலையும் இன்றைய மாணவர் சமூகத்திடம் உருவாக்க வேண்டும்.

தினமணி
16.5.2017

கல்விக்கும் அறமே துணை...

உலகத் தரமான பல்கலைக்கழகங்களின் தரவரிசை பட்டியலில் இந்த 2018 ஆண்டிலும் முதல் 200 இடங்களில், இந்திய பல்கலைக்கழகங்கள், உயர்கல்வி நிறுவனங்கள் ஒன்று கூட இடம்பெறவில்லை. இந்தத் தர ஆய்வுக்கு 77 நாடுகளைச் சார்ந்த பல்கலைக்கழகங்கள் உட்படுத்தப்பட்டன. கற்பித்தல் ஆய்வு மேற்கோள்களில் இடம்பெறுதல், உலக அளவிலான வெளிப்பாடு தொழில் துறையின் வாயிலாகப் பெறும் வருவாய் என்பதனை அளவீடுகளாகக் கொண்டு, தன்னாட்சியான வல்லுநர் குழுவை கொண்டு, "The times Higher Education world University" என்ற அமைப்பால், மதிப்பீடு செய்யப்பட்டு ஆண்டுதோறும் தரவரிசை படுத்தப்படுகிறது. இந்த மதிப்பீட்டில் மாணாக்கர்களின் எண்ணிக்கை, ஆசிரியர் மாணாக்கர் விகிதம், வெளிநாட்டு மாணாக்கர்களின் எண்ணிக்கை போன்ற காரணிகளும் கருத்தில் எடுத்துக் கொள்ளப்படுகிறது.

2018இல் உலகத் தர பல்கலைக்கழகங்களின் பட்டியலில் முதல் இடத்தினை இங்கிலாந்து நாட்டினைச் சார்ந்த ஆக்ஸ்போர்டு பல்கலைக்கழகமும் (1096) இரண்டாவது இடத்தினை கேம்பிரிட்ஜ் பல்கலைக்கழகமும் (1209) மூன்றாவது இடத்தில் அமெரிக்காவைச் சார்ந்த கலிபோர்னியா பல்கலைக்கழகமும் (1857) பிடித்துள்ளன. ஹார்டுவேர்டு பல்கலைக்கழகம் (1636) 6வது இடத்திலும் சிகாகோ பல்கலைக்கழகம் (1890) 9ஆவது இடத்திலும், பென்சில்வேனியா பல்கலைக்கழகம் (1740) பத்தாவது

இடத்திலும் இடம்பெற்றுள்ளன. இப் பல்கலைக்கழகங்கள் அனைத்தும் மிகத் தொன்மையானவையாகும்.

இந்தத் தர வரிசை பட்டியலில் 27 நாடுகளைச் சேர்ந்த பல்கலைக்கழகங்கள் முதல் 200 இடங்களில் குறைந்தபட்சம் ஒரு பல்கலைக்கழகமாவது இடம் பெறும் நிலையைப் பெற்றுள்ளன.

நமது இந்தியப் பல்கலைக்கழகங்கள், உயர்கல்வி நிறுவனங்கள் இந்தத் தரவரிசை பட்டியலில் 251 முதல் 300 இடங்களில் தான் இடம் பெற்றுள்ளன. இதில் எட்டிற்கும் மேற்பட்ட இந்திய தொழில் நுட்ப நிறுவனங்கள் பனாரஸ் இந்து பல்கலைக்கழகம், அலிகார் முஸ்ஸீம் பல்கலைக்கழகம், டெல்லி பல்கலைக்கழகம், ஆந்திரா பல்கலைக்கழகம், கேரளப் பல்கலைக்கழகம், தமிழ்நாட்டில் அண்ணாமலைப் பல்கலைக்கழகம், தமிழ்நாடு வேளாண்மைப் பல்கலைக்கழகம் மற்றும் எஸ்.ஆர்.எம், சாஸ்த்ரா, சத்தியபாமா போன்ற தனியார் நிகர்நிலைப் பல்கலைக்கழகங்களும் அடங்கும்.

இந்தியப் பல்கலைக்கழகங்கள் உலகத் தர வரிசை பட்டியலில் இடம் பெறும் வகையில், பல்வேறு முயற்சிகள் மேற்கொள்ளப்பட்டு வருகின்றன. அந்த வகையில் இந்திய அரசின் மனிதவள மேம்பாட்டு அமைச்சகத்தின் வாயிலாக உருவாக்கப்பட்டதுதான் இந்திய கல்வி நிறுவனங்களின் தரவரிசை கட்டமைப்பு, இந்த அமைப்பு ஆண்டுதோறும் உயர்கல்வி நிறுவனங்களை, கற்றல், கற்பித்தல், ஆராய்ச்சி, ஆலோசனை வழங்குதல் மற்றும் மாணாக்கர்களின் வெளிப்பாடு என்ற அளவீடுகளின் அடிப்படையில், மதிப்பிட்டு தலைசிறந்த நூறு உயர்கல்வி நிறுவனங்களின் பட்டியலை வெளியிட்டு வருகிறது.

2018இல் வெளியிடப்பட்ட தேசியத் தரவரிசை பட்டியலில் ஒட்டுமொத்த பிரிவில், முதல் நூறு இடங்களில் தமிழ்நாட்டைச் சேர்ந்த 22 உயர்கல்வி நிறுவனங்கள் இடம் பெற்றுள்ளன. இதில் மத்திய அரசு நிறுவனங்கள் 2, மாநில அரசு நிறுவனங்கள் 8, அரசு நிதி உதவி பெறும் நிறுவனங்கள் 3, தனியார் நிறுவனங்கள் 9, இதில் சென்னை, இந்திய தொழில்நுட்ப நிறுவனம் 2ஆவது இடத்திலும், அண்ணாபல்கலைக்கழகம் 10ஆவது இடத்திலும், பாரதியார் பல்கலைக்கழகம் 20ஆவது இடத்திலும் இடம்பெற்றுள்ளன.

பல்கலைக்கழகங்கள் நிலையில் தமிழ்நாட்டின் 21 பல்கலைக் கழகங்கள் தேசிய அளவில் முதல் நூறு இடங்களில் இடம் பெற்றுள்ளன. இவற்றில் மத்தியப் பல்கலைக்கழகம் ஒன்றும், மாநில பல்கலைக்கழகங்கள் 10, தனியார் பல்கலைக்கழகங்கள் 10ம் இடம்

பெற்றுள்ளன. இதில் அண்ணா பல்கலைக்கழகம் 4ஆவது இடமும், கோவை அமிர்தா விஷ்வ வித்யா பீடம் 8ஆவது இடமும், சென்னைப் பல்கலைக்கழகம் 18ஆவது இடமும் பெற்றுள்ளன.

இதே போன்று பொறியியல் கல்விப் பிரிவில், தேசிய அளவில் தமிழ்நாட்டைச் சேர்ந்த 19 உயர்கல்வி நிறுவனங்கள் முதல் நூறு இடங்களுக்குள் வந்துள்ளன. இவற்றில் மத்திய, மாநில அரசு நிறுவனங்கள் தலா இரண்டும், அரசு நிதிஉதவி பெறும் நிறுவனங்கள் 3, தனியார் நிறுவனங்கள் 12 இடம்பெற்றுள்ளன. இவற்றில் சென்னை இந்திய தொழில்நுட்ப நிறுவனம் முதலிடத்திலும், அண்ணா பல்கலைக்கழகம் 8 ஆவது இடத்திலும் இடம்பெற்றுள்ளன. திருச்சி தேசிய தொழில்நுட்ப நிறுவனம் 11ஆவது இடத்தைப் பெற்றுள்ளது. வேலூர் வி.ஐ.டிக்கு 16ஆவது இடமும், கோவை பி.எஸ்.ஜி கல்லூரிக்கு 29ஆவது இடமும், எஸ்.எஸ்.என் கல்லூரிக்கு 36ஆவது இடமும், மதுரை தியாகராசர் கல்லூரிக்கு 39ஆவது இடமும் கிடைத்துள்ளன.

"கலை அறிவியல் கல்லூரிகள்" பிரிவில் தேசியத் தர வரிசை பட்டியலில் முதல் நூறு இடங்களில் தமிழ்நாட்டினைச் சேர்ந்த 38 கல்லூரிகள் இடம் பெற்றுள்ளன. இவற்றில் அரசுக் கல்லூரிகள் 5, அரசு நிதியுதவி பெறும் கல்லூரிகள் 26, தனியார் கல்லூரிகள் 7 இடம் பெற்றுள்ளன. திருச்சி பிஷப் கீப்பர் கல்லூரி 3ஆவது இடத்திலும், மாநிலக் கல்லூரி 5 ஆவது இடத்திலும், இலயோலா கல்லூரி 6ஆவது இடத்திலும் இடம்பெற்றுள்ளன.

இந்தியாவில் தற்போது உள்ள 864 பல்கலைக்கழகங்கள், 40,026 கல்லூரிகள் 11,669 தனிப்பாடக் கல்வி நிறுவனங்களில் இந்திய கல்வி நிறுவனங்களில் தரவரிசை அமைப்பின் (NIRF) தேசியத் தரவரிசை பட்டியலில் முதல் 50 கல்வி நிறுவனங்களில் இருந்து 20 நிறுவனங்களை மட்டும் மத்திய அரசின் மனிதவள மேம்பாட்டு அமைச்சகம் தேர்வு செய்து, அவற்றிற்கு தலாஆயிரம் கோடி ரூபாய் நிதி உதவி வழங்கி அவைகளை "மேம்பட்ட கல்வி நிறுவனங்களாக" தரம் உயர்த்தி உலகத்தர வரிசையில் இடம் பெறச் செய்யும் வகையில் திட்டம் வகுத்துள்ளது. தமிழ்நாட்டில், சென்னைப் பல்கலைக்கழகம், அழகப்பா பல்கலைக்கழகம், பாரதியார் பல்கலைக்கழகம், பெரியார் பல்கலைக்கழகம் மற்றும் அண்ணா பல்கலைக்கழகம் இதற்கு விண்ணப்பிக்கும் தகுதியைப் பெற்றுள்ளன.

மற்றொரு முயற்சியாக மனிதவள மேம்பாட்டு அமைச்சகத்தின் கீழ் உள்ள தேசியத் தர மதிப்பீட்டு நிர்ணயக் குழுமத்தின் வாயிலாக மதிப்பிட்டு வழங்கப் பெறுகின்ற தர புள்ளிகளின் அடிப்படையில்

இந்தியப் பல்கலைக்கழகங்களை வகைப்படுத்தி தன்னாட்சி நிலை வழங்கி உள்ளது. இதன்படி தமிழ்நாட்டில் அழகப்பா பல்கலைக் கழகம், சென்னைப் பல்கலைக்கழகம் மற்றும் அண்ணா பல்கலைக் கழகங்கள் முதல் தகுதி நிலை பெற்று தன்னாட்சி நிறுவனங் களாகின்றன. இதன் மூலம் இந்தப் பல்கலைக்கழகங்கள் பல்கலைக் கழக நிதி நல்கைக் குழுவின் வழிகாட்டுதல் நெறிமுறைகளை கடைப் பிடிக்கத் தேவையில்லை. அந்தந்தப் பல்கலைக்கழகங்களே தங்களுக் கான நெறிமுறைகளை வகுத்துச் செயல்படுத்திக் கொள்ளலாம்.

நமது பல்கலைக்கழகங்கள், உலகத் தர வரிசையில் இடம் பெற வேண்டும் என்பதில் மாற்றுக் கருத்துக்கு இடம் இல்லை. அதே வேளையில் நாம் மரபு வழியாகப் பெற்றுள்ள நமது கல்வி யின் அடிப்படை நோக்கங்களைப் பேண வேண்டும். மனிதர்களுக் குள் புதைந்து கிடக்கும் பூரணத்துவத்தை வெளிப்படுத்துவதும், மன உறுதியையும் அதை முறையாக வெளிப்படுத்தும் ஆற்றலையும் பெற்றுத் தன்னம்பிக்கையோடு வாழ்வதும், பிறர் வாழ்வதற்கு உதவு வதுமே நமது கல்வியின் நோக்கமாக உள்ளது.

"தொழில் நுட்பத் திறன் என்பது, வேறு புதியன படைக்கும் ஆற்றல்" என்பது வேறு. பல்கலைக்கழகங்கள் பொருள் உற்பத்தி, தொழில்நுட்பத்திறன் கொண்டவர்களை உருவாக்குவதோடு மட்டும் நின்று விடக்கூடாது. மேலும் நமது பல்கலைக்கழகங்கள் வரையறுக்கப்பட்ட "உலகத் தரத்தைப்" பேணுவதுடன், நமது அறக் கோட்பாடுகளை உருவாக்குவதிலும் அதை நடைமுறைப்படுத்தி மேம்பாட்டை உருவாக்குவதிலும் முழுக்கவனம் செலுத்த வேண்டும்.

துறைசார்ந்த அறிவும், ஆற்றலையும் பயிற்றுவிப்பதையும், பயிற்சி அளிப்பதையும் தாண்டி பல்கலைக்கழகங்கள் உருவாக்கும் "ஆளு மைகள்" ஒட்டு மொத்த சமுகத்தின் தேவைகளைப் பூர்த்தி செய்ப வர்களாக, ஆளுமைத் திறன் கொண்ட தலைவர்களாக, சிந்தனை யாளர்களாக படைப்பாளிகளாக மலர வேண்டும், அதை பல் கலைக்கழகங்கள் இலக்காகக் கொள்ள வேண்டும்.

பல்கலைக்கழக ஆசிரியர்கள் தங்கள் அறிவுசார் ஆலோசனை கள் வாயிலாகப் பல்கலைக்கழகத்திற்கு எவ்வளவு வருவாய் ஈட்டித் தந்தார்கள் என்று மதிப்பிடும் அதே வேளையில், சமூக வளத்திற்கும் மேன்மைக்கும் அவர்கள்; ஆற்றியுள்ள பங்கினையும் கருத்தில் கொள்ள வேண்டும்.

சிந்திக்க வேண்டிய மற்றொரு அம்சம் பல்கலைக்கழக ஆய்வு கள், "ஆண்டுதோறும் பல்கலைக்கழகங்களின் ஆய்வு கட்டுரைகளின்

எண்ணிக்கை கூடிக்கொண்டே செல்கிறது, இந்த ஆய்வுகள் பெரும் பாலும் பட்டங்களைப் பெறவும் பதவி உயர்வினை அடையவுமே நிகழ்த்தப் பெறுகின்றன, அதனாலே அவைகள் பல்கலைக்கழக ஆய்வுக்கூடங்களோடும் நூலகங்களோடும் தேங்கிவிடுகின்றன". என்ற குற்றச்சாட்டினை நாம் கருதிப் பார்க்க வேண்டும். பல் கலைக்கழக நிதி நல்கைக் குழு அங்கீகரித்து வெளியிட்டுள்ள பல ஆய்விதழ்கள் வணிக நோக்கம் கொண்டவைகளாகவும், சில போலி யானவைகளாகவும் உள்ளன.

நாம் கருத்தில் கொள்ள வேண்டிய மற்றொரு முக்கியமான அம்சம் மத்திய மனித வள மேம்பாட்டு அமைச்சகம் பல்கலைக் கழகங்களைத் தரம் பிரிப்பது; இதில் தனியார் பல்கலைக்கழகங் களை ஊக்குவித்து, கற்கும் மாணாக்கர்களிடையே தாழ்வு மனப் பான்மையை உருவாக்கி விடக் கூடிய அபாயமும் உள்ளது.

இவற்றை எல்லாம் நாம் உணர்ந்து, ஆத்ம சோதனை செய்து அடுத்த அடியை எடுத்து வைக்க வேண்டும், பல்கலைக்கழகங்களின் தரம் என்பது அது உருவாக்கும் அறக் கோட்பாடுகளில்தான் உள்ளது என்ற உண்மையை நாம் உணர வேண்டும்!

தினமணி
7.6.2018

நிலைக்கட்டும் செம்மொழி நிறுவனம்!

"இந்திய மொழிகளிலே தமிழ்மொழி தொன்மையானது சிறப்பானது. இந்தியப் பண்பாட்டில் தமிழர்களின் பண்பாட்டுப் பங்கு அதிகம். இப்படிச் சிறப்பு வாய்ந்த மொழியை மற்ற மாநிலத்தவரும் அறியாமல் இருப்பது எனக்கு வருத்தத்தைத் தருகிறது. தமிழினை, தமிழ்ப் பண்பாட்டினை பிற மாநிலங்களும் புரிந்து கொள்ளவும், அறிந்துகொள்ளவும் வேண்டும். இதற்கு மாநிலங்களிடையே புரிந்துணர்வு உடன்படிக்கை ஏற்படுத்திக்கொள்ள வேண்டும்" என நமது பாரதப் பிரதமர் நரேந்திர மோடி சமீபத்தில் உரை யாற்றினார். அவரது ட்விட்டர் பக்கத்திலும் இந்தக் காணொலிக்காட்சி இடம்பெற்றிருந்தது.

இந்த உரையைக் கேட்டு மகிழ்வான மனநிலையில் இருந்த தமிழர்களுக்கும், தமிழ் அறிஞர்களுக்கும் ஏற்பட்ட அதிர்ச்சி, இந்திய அரசின் மனிதவள மேம்பாட்டு அமைச்சகத்தின், தன்னாட்சி நிறுவனமாக 2008இல் தொடங்கப் பட்ட செம்மொழித் தமிழாய்வு மத்திய நிறுவனத்தினை திருவாரூரில் உள்ள மத்தியப் பல்கலைக்கழகத்தின் ஒரு அங்கமாக மாற்றும் நடுவண் அரசின் திட்டம்! இது பொதுமக்களிடமும், அரசியல் தளத்திலும் பெரும் அதிர்ச் சியையும் அச்சத்தினையும் ஏற்படுத்தி வருகிறது.

இந்தப் பின்புலத்தில் இதனைச் சற்று விரிவாகவும், தெளிவாகவும் சிந்திப்பது அவசியம். மொழி என்பது வெறும் தொடர்புச் சாதனம் மட்டுமல்ல. அது ஒரு சமூகத் தின் அடையாளம், பண்பாட்டின் அடித்தளம் ஆகும். மொழி யின் வழியாகவே ஒரு சமூகம் அறியப்படுகிறது. அடை யாளப்படுத்தப் படுகிறது.

ஒவ்வொரு மொழியும்; அதன் தனித்தன்மையிலும், தொன்மையிலும் சிறப்பிடம் பெறுகிறது. 1927இல் சிந்துவெளி நாகரிகம், திராவிட நாகரிகம் என்னும் ஆய்வு முடிவை அறிஞர் ஜான் மார்ஷல் வெளியிட்டார். அதன் பின்னர்தான் உலகச் சமூகமும், அறிஞர்களும் தமிழ்மொழியின் மீதும், இலக்கண, இலக்கியம், பண்பாடு, நாகரிகம் முதலியன குறித்து அறிந்துகொள்வதிலும் ஆர்வம் காட்டினர்.

'தமிழர்களின் பண்பாடு உலக நாகரிகத்தின் அழியாத மாபெரும் செல்வத்துள் ஒன்று' என செக் நாட்டைச் சார்ந்த அறிஞர் கமில் சுவபல் குறிப்பிட்டார். தமிழுக்கு முதன்முதலில் செம்மொழித் தகுதி கோரி குரல் கொடுத்தவர் பரிதிமாற்கலைஞர். அதன்பின்னர் தமிழ் அறிஞர்களாலும், உலக அறிஞர்களாலும் தமிழ்மொழி அறிவியல்பூர்வமாக ஆராயப்பட்டு தமிழ் மொழியின் தொன்மை, தனித்தன்மை, செவ்வியல் தன்மை, மொழிவளம், இலக்கிய விழுமியம், கலைநயம், பண்பாட்டு வளம் இவற்றின் அடிப்படையில் தமிழ் மொழியைச் செம்மொழி எனப் போற்றி மகிழ்ந்தனர். என்றாலும் ஒரு நூற்றாண்டுப் போராட்டத்திற்குப் பின்னர்தான் இந்திய அரசு தமிழ்மொழிக்குச் செம்மொழி என்ற சட்டவழியிலான அங்கீகாரத்தை 2004இல் வழங்கியது. கிரேக்கம், லத்தீன், தமிழ், ஹீப்ரு, அரபு, சீனம், சமஸ்கிருதம் ஆகிய ஏழும் முறையே செம்மொழி என்ற தகுதி நிலையைப் பெற்றுள்ளன. இதன்பின்னர் தெலுங்கு, கன்னடம், மலையாளம், ஒரியா ஆகிய ஆறு மொழிகளையும் செம்மொழிகளாக நடுவண் அரசு அங்கீகரித்துள்ளது.

தமிழ்மொழி தொன்மையான மொழி மட்டுமல்ல நவீனச் சூழலுக்கும், நவீனத்தொழில் நுட்பத்திற்கும் இயைபுடைய மொழியும்கூட. 2017இல் "கூகுள்" நிறுவனமும் சர்வதேச அளவில் புகழ்பெற்ற புள்ளியில் நிறுவனமான KPMGயும் இணைந்து நடத்திய ஒரு ஆய்வில் இந்திய மொழிகளிலே இணையப் பயன்பாட்டில் முதலிடத்தில் உள்ள மொழியாக "தமிழ்மொழி" உள்ளது கண்டறிந்துள்ளது.

தமிழ்மொழியை நடுவண் அரசு செம்மொழியாக அறிவித்த பின்னர் உடனே ஏற்பட்ட பலன், செம்மொழித் தமிழாய்வு மத்திய நிறுவனம். இந்நிறுவனம் தமிழ்மொழியின் மேம்பாட்டிற்கும், உலக அரங்கில் தமிழ்மொழியின் சிறப்புகளைப் பரப்புவதற்கும் உயர் ஆய்வுகளை விரிவுபடுத்துவதற்கும், 2006இல் நடுவண் அரசால் தன்னாட்சி நிறுவனமாகத் தொடங்கப்பட்டது.

தொடக்க நிலையில் இந்த நிறுவனம் மைசூரில் உள்ள இந்திய மொழிகளின் நடுவண் நிறுவனத்தில் இயங்கியது. நடுவண் அரசு இந்திய மொழிகளுக்காகத் தொடங்கப்பட்ட நிறுவனம் அது. தமிழ் செம்மொழித் தகுதிப்பாடு உடையது என்பதற்கான தக்க சான்று

களுடன் நடுவண் அரசுக்கு, திட்ட முன்மொழிவை அந்த நிறுவனமே வழங்கியது. அந்த நிறுவனத்தில் கல்விசார் நிலையில் உயரிய பொறுப்புகளில் அப்போது தமிழ்நாட்டைச் சார்ந்தவர்கள் அதிகம் இருந்தனர். அதன் காரணமாக செம்மொழித் தமிழாய்வு நிறுவனம் அங்கு செயல்பட்டது. இருப்பினும் வேறு ஒரு நிறுவனத்தின் ஆளுகையின் கீழ் செம்மொழித் தமிழாய்வு மத்திய நிறுவனம் இயங்குவது, அதன் வளர்ச்சிக்கும், மலர்ச்சிக்கும் உகந்ததாக அமையாது என்பதால் அது 2008இல் சென்னைக்கு மாற்றப்பட்டது.

சென்னையில் கடற்கரைச் சாலையில் உள்ள பொதுப்பணித் துறை அலவலகத்தில் சிறிது காலம் இயங்கியது. அதன்பின்னர் தற்போது உள்ள தலைமைச் செயலகத்திற்கு மாற்றப்பட்டு, அங்கிருந்து தரமணிக்கு மாற்றப்பட்டது. இந்த நிறுவனத்திற்காக சென்னை பெரும்பாக்கத்தில் நடுவண் அரசின் பொதுப்பணித் துறையின் வாயிலாக தனி வளாகத்தில் கட்டுமானப் பணிகள் நடைபெற்று வருகின்றன.

இந்த நிலையில்தான் நடுவண் அரசின் திட்டக்குழுவுக்கு மாற்றாக அமைக்கப்பெற்ற 'நிதி ஆயோக்' இந்தி, சமஸ்கிருதம் தவிர்த்து மற்ற மொழிகளுக்கான நிறுவனங்களை எல்லாம் அந்த அந்த மாநிலங்களில் செயல்படும் மத்தியப் பல்கலைக்கழகங்களில் ஒரு மையமாக இணைத்துவிடலாம் என்று ஆலோசனை கூறியுள்ளது. அதன் அடிப்படையில், செம்மொழித் தமிழாய்வு மத்திய நிறுவனத்தினை, திருவாரூரில் உள்ள மத்தியப் பல்கலைக்கழகத்தோடு இணைப்பது தொடர்பாக அப்பல்கலைக்கழகத்திற்கு மனித வள மேம்பாட்டு அமைச்சகம் ஒரு கடிதம் அனுப்பியுள்ளது. அக்கடிதம் தொடர்பாக அப்பல்கலைக்கழகத்தின் ஆளுகைக் குழுவில் விவாதிக்கப்பட்டதாகச் செய்தி வெளியாகியுள்ள நிலையில் தமிழகத்தில் பலத்த எதிர்ப்பு கிளம்பி வருகிறது.

செம்மொழித் தமிழாய்வு மத்திய நிறுவனம் உருப்பெற்று மூன்றாண்டு கழிந்த பின்னர் 2009இல்தான் திருவாரூர் மத்தியப் பல்கலைக்கழகம் தொடங்கப்பட்டது. இந்த இரண்டு நிறுவனங்களும் ஆளுகை நிலையில் தன்னாட்சித் தன்மை கொண்டு, நடுவண் அரசின் நிதியுதவியோடுதான் செயல்படுகின்றன. சற்று நுட்பமாகப் பார்த்தால் செம்மொழித் தமிழாய்வு மத்திய நிறுவனம் பல்கலைக்கழக நிலையில் இருந்து மேம்பட்டு, தேசிய முக்கியத்துவம் வாய்ந்த நிறுவன நிலை கொண்டது. திருவாரூர் மத்தியப் பல்கலைக்கழகமே செம்மொழி நிறுவனத்துடன் புரிந்துணர்வு ஒப்பந்தம் செய்து கொண்டு, அதன் உதவியோடு 2012-2013 கல்வியாண்டில் எம்.ஏ., செம்மொழித் தமிழ் என்ற பாடத்தினை அறிமுகப்படுத்தி நடத்தி வருவதை நாம் எண்ணிப் பார்க்க வேண்டும். எந்த ஒரு நிறுவனமும் தனித்தன்மையுடன் தன்னாட்சியுடனும் செயல்

படுகின்றபோதுதான், அது தொடங்கப்பட்ட நோக்கத்தினை நிறை வேற்ற முடியும்.

இந்த நிலையில் நாம் சிந்தித்துப் பார்க்க வேண்டியது, செம் மொழி நிறுவனம் மத்தியப் பல்கலைக்கழகத்தோடு இணைக்கின்ற போது, அது தன் தனித்தன்மையை இழப்பதோடு மட்டுமல்லாது பல்கலைக்கழக மரபார்ந்த பணிகளில் ஈடுபட்டு அது சிதைவுறவும் வாய்ப்பு உள்ளது. 1970இல் பாரிஸில் நடைபெற்ற உலகத் தமிழ் மாநாட்டின் நிறைவில் தனிநாயக அடிகளார் தீவிரமாக முன் வைத்த ஆலோசனையின் பேரில்தான் சென்னையில் உலகத் தமிழாராய்ச்சி நிறுவனம் அதே 1970-ஆம் ஆண்டு தொடங்கப் பட்டது.

அப்போது தமிழக முதல்வராக இருந்த அறிஞர் அண்ணா "இந்த நிறுவனம் பட்டங்கள் வழங்கும் கல்வி நிலையமாக ஆகிவிடலாகாது" என்று கூறினார். "இந்த நிறுவனம் பயிற்சிக்கும், ஆராய்ச்சிக்கும் மட்டுமே உரிய நிறுவனமாக அமைய வேண்டுமே தவிர, படிக்கவைத்துப் பட்டம் வழங்கும் அமைப்பாக ஆகி விடக் கூடாது. அதற்கென்றே கல்லூரிகளும் பல்கலைக்கழகங்களும் தனியே உள்ளன" என்று ராஜா சர் முத்தையா செட்டியார் அப்போது தெளிவுபடக் கூறினார். இதன்வழி செயல்படத் தவறி இன்று உலகத் தமிழாராய்ச்சி நிறுவனம் பயிற்றுவித்து தமிழ்ப் பல்கலைக்கழகத்தின் இணைவுடன் பட்டம் வழங்கும் நிறுவனங் களுள் ஒன்றாகவே சுருங்கிவிட்டதையும் நாம் எண்ணிப் பார்க்க வேண்டும்.

அன்று "யுனெஸ்கோ" நிறுவனத்தின் நிதியுதவியுடன் உலக நாடுகள் பலவற்றிற்கும் பயணம் மேற்கொண்டு, உலகளாவிய நிலை யில் உள்ள உயரிய நிறுவனங்களை, முன்மாதிரியாகக் கொண்டும், வல்லுநர்கள் அறிவுரைகளையும் பெற்று செயல்படத் தொடங்கிய நிறுவனத்தின் தற்போதைய திசைமாறிய நிலை நமக்குப் படிப் பினை! இதே போன்ற ஒரு நிலைக்கு செம்மொழி நிறுவனம் தள்ளப்பட்டுவிடக் கூடாது என்பதுதான் நம்முடைய அச்சம்!

இந்திய அளவில் பல்கலைக்கழக நிதி நல்கைக் குழுவின் நிதியுதவியுடன் மொழிக்காக ஆறு மத்தியப் பல்கலைக்கழகங்கள் தற்போது செயல்படுகின்றன. சமஸ்கிருத மொழிக்காக மூன்று பல் கலைக்கழகங்கள் அதாவது, ஸ்ரீலால் பகதூர்சாஸ்திரி ராஸ்ட்ரீய சமஸ்கிருத வித்யபீதா புதுடில்லி 1956, ராஸ்ட்ரீய சமஸ்கிருத சன்ஸ் தான் புதுடில்லி 1970, ராஸ்ட்ரீய சமஸ்கிருத வித்யபீதா திருப்பதி 1961).

இதேபோன்று இந்தி மொழிக்காக வார்தாவில் மகாத்மா காந்தி ஆண்ட்ராஸ்ட்ரீய இந்தி விஸ்வ வித்யாலயா உருதுமொழிக்காக கௌகாத்தியில் மௌலானா ஆசாத் தேசிய உருது பல்கலைக்கழகம்

(1998), ஆங்கிலம் மற்றும் அயலக மொழிகளுக்காக ஹைதராபாத்தில் செயல்படுகின்றன.

இந்த நிலைக்கு செம்மொழித் தமிழாய்வு மத்திய நிறுவனத்தினை தரம் மேம்படுத்தி, அடையாளப்படுத்த வேண்டுமே தவிர அதன் அடையாளத்தை சிதைக்க முயலக் கூடாது. இதனால் நம் தேசத்திற்கு இழப்பே தவிர தமிழ் மொழிக்கல்ல.

நடுவண் அரசின் ஆளுகையின் கீழ், மொழி, இலக்கிய மேம்பாட்டிற்காக சில நிறுவனங்கள் செயல்படுகின்றன. குறிப்பாக சாகித்ய அகாடமி, இந்திய தேசியப் புத்தக நிறுவனம்.

இந்த நிறுவனங்கள் எல்லாம் அவைகள் தொடங்கப் பெற்ற நோக்கத்தினை இடையூறு இன்றி நிறைவேற்ற அனுமதிக்கின்றபோது, இதேபோன்று தனித்தன்மை கொண்ட மொழி சார்ந்த செம்மொழி நிறுவனத்தினை மட்டும் மடைமாற்றுவது ஏன்? என்ற இயல்பான கேள்வி எழுவது இயற்கைதான்.

இந்த நிறுவனம் தொடங்கப்பெற்ற 2006ஆம் ஆண்டில் இருந்தே பதினோறு ஆண்டுகள் இதற்கு என்று முழுநேர இயக்குநர் இல்லாமலே உள்ளது. நடுவண் அரசின் கல்வி நிறுவனங்களில் இருந்து ஒருவரை கூடுதல் பொறுப்பாளராக நியமிக்கின்றனர். அதனால் இதன் செயல்பாடுகளில் தேக்கம் ஏற்படுகிறது.

உலகளாவிய நிலையில் சிறப்புற்றுத் திகழும் வல்லுநர்களையும், பேராசிரியர்களையும் அழைத்துப் பணியமர்த்துவதுடன் இதன் ஆளுகைக் குழுவிலும் இடம் பெறவும் வகை செய்ய வேண்டும். நிறுவனத்தின் ஆளுகை உறுப்பினர்கள் நியமிக்கப்படாமலே உள்ள நிலையில் உடனே நியமித்து, ஆளுகைக் குழு கூடி அடுத்த பத்தாண்டுகளுக்கு நிறுவனத்தின் செயல்பாடுகளைத் திட்டமிடுவதுவும், தொலைநோக்குத் திட்டம் தயாரித்து தக்காரைக் கொண்டு அதை நடைமுறைப்படுத்தவும் முயல வேண்டும் என்பது இப்போதைய உடனடித் தேவையாக இருக்கிறது. நடுவண் அரசிடம் இருந்து பெறவேண்டிய நிதி நல்கையைத் தொடர்ந்து முயன்று பெறுவதிலும், பெறப்பட்ட நல்கையை முழுமையாகப் பயன்படுத்தி பயனுள்ள திட்டப்பணிகளை தொய்வின்றித் தொடர்வதிலும் செம்மொழி நிறுவனம் இனித் தனிக் கவனம் செலுத்தவேண்டும் என்பது அறிஞர்களின் எதிர்பார்ப்பு.

மொழியுணர்வுடன் மொழியைப் பேணவும், போற்றவும், மேம்படுத்தவும் நிலைத்து நீடிக்கும் வகையில் அதனை "நிறுவன"ப்படுத்துவதிலும் தனி நாட்டம் எப்போதுமே நமக்கு உண்டு. மேலை நூல்கள் பலவற்றை முதன்முதலில் தமிழில் மொழி பெயர்த்தவர் ஹென்றிக்கோ ஹென்றிகஸ் (1529-1600). இவர்தான் இலங்கை

யிலோ, மன்னாரிலோ, அல்லது தமிழகத்தில் புன்னைக் காயலிலோ 1560க்குள் 'தமிழ்ப் பல்கலைக்கழகம்' ஒன்றினை உருவாக்க வேண்டும் என்று முதன்முதலில் குரல் கொடுத்தவர்.

இவருக்குப் பின்னர்தான் 1906இல் 'மதுரை தமிழ்ச் சங்கம்' ஒரு பல்கலைக்கழகமாக மலர வேண்டும் என மகாகவி பாரதியார் விரும்பினார். 1925 - 1926 இல் தமிழ்ப் பல்கலைக்கழகம் தொடங்க வேண்டும் என்ற வேட்கை தீவிரமானது என்றாலும் 55 ஆண்டுகள் கழிந்த பின்னர் 1981இல் அப்போதைய தமிழக முதலமைச்சர் எம்.ஜி.இராமச்சந்திரன் ஆட்சிக் காலத்தில் தஞ்சையில் அது தொடங்கப்பெற்றது. இருப்பினும் அது தொடங்கப்பெற்ற நோக்கம் முழுமையாக நிறைவேறியதா என தனியாக ஆராயப்பட வேண்டும்.

இதே காலகட்டத்தில் அதாவது 1981இல் மதுரையில் 5ஆவது உலகத் தமிழ்மாநாடு நடைபெற்றபோது தமிழ் அமைப்புகளை எல்லாம் ஒருங்கிணைத்துச் செயல்பட மதுரையில் 'உலகத் தமிழ்ச் சங்கம்' ஏற்படுத்தப்படும் என அன்றைய தமிழக முதல்வர் எம்.ஜி.ராமச்சந்திரன் அறிவித்து 1986இல் தொடங்கியும் வைத்தார். என்றாலும் 2012இல்தான் அதற்கு மதுரை தல்லாகுளத்தில் வளாகம் அமைக்கப்பட்டு, பணிகள் தீவிரப்படுத்தப்பட்டுள்ளது.

இவற்றை எல்லாம் சிந்திக்கின்றபோது தமிழ்மொழி சார்ந்த நிறுவனங்களைத் தொடங்குகின்ற போது, நமக்கு இருக்கும் உணர்ச்சிப் பெருக்கும், உள்ளப் பெருக்கும் அதனை திட்டமிட்டுச் செயல்படுத்தி நிலைபெறச் செய்வதிலும் நீடிக்கச் செய்வதிலும், இருப்பதில்லையோ என எண்ணத் தோன்றுகிறது. மற்றொன்று தமிழ்மொழி சார்ந்த நிறுவனங்களுக்கிடையே ஒருங்கிணைப்பும், தொடர்கருத்துப் பகிர்வும் இன்றி, ஒரே பணிகளைத் திரும்பத் திரும்ப அனைவரும் செய்து, தேங்கிவிடும் நிலையும் காணப்படுகிறது. நம்முடைய இப்போதைய தேவை உலகளாவிய நிலையில் உள்ள புலமைகளின் இணைப்பும் உறுதிப்பாடும்தான். அந்த நிலையை இந்த நிறுவனங்கள் எய்தி இருந்தால் இந்த இடர்ப்பாடு நேர்ந்திருக்காது. இதனைச் சீர் செய்வது அந்த அந்த நிறுவனங்களின் கடமை. அதேவேளை உலகம் முழுவதுவும் உள்ள தமிழர்களின் உணர்வுகளை, மரபுகளை, மதித்து செம்மொழித் தமிழாய்வு மத்திய நிறுவனத்தினை அதே தன்னாட்சி ஆளுகை நிலையில் நிலைநிறுத்தி, நீடிக்கச் செய்வதுடன் மேம்பாட்டுத் திட்டங்களையும் முன்னெடுக்கச் செய்வது நடுவண் அரசின் தார்மீகக் கடமை!

தினமணி

18.9.2017

புத்தகச் "சிறகை விரிப்போம்"

மக்களிடையே புத்தக வாசிப்பினை ஊக்கப்படுத்தும் நோக்கில் யுனெஸ்கோ நிறுவனம் ஒவ்வொரு ஆண்டும் ஏப்ரல் 23ஆம் நாளை உலகப்புத்தக நாளாக அறிவித்துள்ளது. புத்தகம் இல்லாத வீடு சாளரம் இல்லாத சத்திரம் போன்றது; புத்தகங்களே மனிதர்களுக்குப் புது உலகைக் காட்டுகின்றன. புத்தகத்தின் ஒவ்வொரு பக்கங்களையும் பிரிக்கின்றபோது, புதிய காற்று; புதிய மூச்சு பெறுகிறோம். மனச்சிறகு விரிகிறது;

அவன் அதிகம் படித்திடாத இளைஞன். பதினான்கு வயது. தந்தை ஒரு கொல்லர். அவனுக்குப் புத்தகங்களை பைண்டிங் செய்யும் வேலை. ஒரு நாள் அறிவியல் புத்தகம் ஒன்றை பைண்டிங் செய்யும் போது அதன் பக்கங்களை மெல்லப் புரட்டுகிறான். அதன் ஆழத்தில் மெல்ல மெல்ல அதனுள் புதைந்து விடுகிறான். அவன் மனதில் ஒரு சிறு ஒளி, மெல்ல மெல்ல அது பிரகாசம் கொண்டு பெரு வெளிச்சமாக அவனிடம் சுடர் விடத் தொடங்குகிறது. அந்த நூலை எழுதிய ஹம்பரி டேவி அவர்களைத் தேடிப்போகிறான். பின்னர் அவரிடமே உதவியாளராகச் சேர்ந்து கொள்கிறான். அந்த இளைஞன் தான் மைக்கேல் ஃபாரடே! இவருடைய முயற்சியினால் தான் மின்சாரம் பொதுப் பயன்பாட்டிற்கு வந்தது! ஒரு சிறு புத்தகம் தான் இந்த உலகிற்கு வெளிச்சமூட்டியது!

மைக்கேல் ஃபாரடேவைப் போலவே ஒரு அச்சுக் கூடத்தில் அச்சுக் கோர்ப்பவராக இருந்து, தான் அச்சுக் கோர்த்த புத்தகங்களின் மூலமே அறிவுவெளிச்சம் கொண்டு, பின்னர் தானே பலருக்கும் வெளிச்சமாகத் திகழ்ந்தவர் எழுத்தாளர் ஜெயகாந்தன்!

1972-இல் 'தமிழ்நாடு' நாளிதழில் அச்சுக் கோர்ப்பாளராக வேலைக்குச் சேர்ந்த ம.பொ.சி. புத்தகங்களின் வாயிலாகவே 'விடுதலை' உணர்வைப் பெற்று, விடுதலைப் போராட்டத்தில் களம் இறங்கினார். இவர் புத்தகங்களின் வாயிலாகவே விடுதலை உணர்வைப் பெற்றவர். புத்தகங்களே இவரைத் தியாகி ஆக்கியது; புத்தகங்கள் தான் பகத்சிங்கை மாபெரும் புரட்சியாளனாக மாற்றியது; பகத்சிங் தூக்குக் கைதியாகச் சிறையில் இருக்கிறார். தேசமே அவருடைய விடுதலைக்காக ஏங்குகிறது. தலைவர்கள் அதற்கான தீவிர முயற்சியில் இருக்கிறார்கள். மக்கள் அவருக்காக எதையும் செய்யத் தயாராக இருக்கிறார்கள்.

பகத்சிங்கின் தூக்கு உறுதியாகிவிட்டது. நேரு அவருக்கு எப்படியாவது விடுதலை வாங்கித் தந்து விட வேண்டும் என்று பெரும் முயற்சியில் இருக்கிறார். தோழர்கள் பலரும் முயற்சிக்கிறார்கள். தேசமே அந்த கணத்தை படபடப்போடும், பதட்டத்தோடும் எதிர்நோக்கியுள்ளது. தூக்கிற்கு முன், பகத்சிங்கின் வழக்கறிஞர் சிறையில் அவரைச் சந்திக்க வருகிறார். சிறைக் காவலர்கள் கூட ஏதோ நல்ல செய்தி வருகிறது என்று பரபரப்போடு இருக்கின்றனர். அப்போது கூட தான் கேட்ட 'புத்தகத்தை' ஏன் கொண்டு வரவில்லை என்று கேட்டிருக்கிறார் பகத்சிங்!

மருத்துவர்கள் புற்றுநோய் அறுவைச் சிகிச்சைக்கு நாள் குறித்துவிட்டனர். இனியும் காலம் தாழ்த்தினால் உயிருக்கு ஆபத்து என்ற நிலை; அறுவைச் சிகிச்சையை ஒரு நாள் தள்ளிப் போடலாமா? என்கிறார் அறிஞர் அண்ணா. 'ஏன்' என ஆச்சரியமாகக் கேட்கின்றனர் மருத்துவர்கள்; இந்தப் புத்தகத்தின் கடைசி அத்தியாயத்தை முடிக்க வேண்டும். ஒரு இரவு போதும் முடித்து விடுவேன் என்கிறார்; 'ஓர் இரவு' தந்த பேரறிவாளனின் வாழ்வு அந்த இரவு நிறைவு பெறுகிறது. அவரின் வாழ்வு வரலாற்றில் அழிக்க முடியாத பக்கங்களாக நிலை பெறுகிறது.

'ஆசிய ஜோதி' என்று அழைக்கப்பட்ட நேரு தான் மறைந்த பின்னர் தன் சடலத்தின் மீது மலர் மாலைகள் வைக்கக் கூடாது 'புத்தகங்களை' வைக்க வேண்டும் என வேண்டினார். இதுபோன்று வரலாற்றின் பக்கங்களில் எத்தனையோ 'புத்தகங்கள்'!

சீன யாத்திரிகர் யுவான் சுவாங் இந்தியாவுக்கு வந்து, நாளந்தா பல்கலைக்கழகத்திற்குச் செல்லும் போது, ஒரு படகில் ஆற்றைக் கடந்தார். அவர் எடுத்துச் சென்ற நூல்கள் ஆற்றில் படகு பாரம் தாங்காமல் மூழ்கும் நிலை வந்தது, படகோட்டி, 'ஐயா, இந்த நூல்களை ஆற்றில் தள்ளிவிட்டால் நீங்கள் தப்பித்துக்கொள்ளலாம்' என்றார். உடனே யுவான் சுவாங் சொன்னார்.

"நான் குதித்து விடுகிறேன். இந்த அரிய நூல்களால் இந்த உலகம் வாழட்டும்" என்றார்.

மொகலாய மன்னர்களில் தனித்துவம் கொண்டவர் அக்பர்; அவருக்கு எழுதப் படிக்கத் தெரியாது. ஆனால் அவருடைய

அரண்மனையில் மிகப் பெரிய நூலகம் ஒன்றை நிறுவி இருந்தார். தனக்குத் தினமும் புத்தகங்களைப் படித்துக் காட்ட "அரண்மனை வாசிப்பாளர்" என்று ஒருவரை நியமித்து, அவரின் வாசிப்பின் வழி புத்தகத்தின் ருசியை அறிந்தவர் அக்பர். ஈரான் நாட்டில் பல நூற்றாண்டுகளுக்கு முன்பு காசிம் இஸ்மாயில் என்ற மன்னர் ஒருவர் இருந்தார். அவர் சிறந்த சிந்தனையாளர். போரிலும் ஆட்சித் திறத்திலும் வல்லவர். தன்னை வல்லமையோடு வளர்த்தது புத்தகங்களே என நம்பினார். அவர் எப்போதும் வெளியூர் பயணம் சென்றாலும், அந்தப் புத்தகங்களை 342 ஒட்டகங்களில் ஏற்றிச் செல்வார். அகர வரிசைப்படி புத்தகங்கள் பிரித்து ஏற்றப்பட்டிருக்கும். பயண வழியில் விரும்பிய புத்தகங்களை படித்துக் கொண்டே செல்வார்.

ஒரு எளிய பத்திரிக்கையாளனாக வாழ்வைத் தொடங்கியவர் வின்ஸ்டன் சர்ச்சில்: பின்னர் ராணுவ வீரனாக உயர்ந்தார். இங்கிலாந்து பேரரசின் பிரதமராக உயர்ந்தார். போர்த் தொழிலில் வல்லவர். எட்டுப் படைகளில் பணிபுரிந்துள்ளார். போர் பற்றி இவர் ஆற்றிய உரைகள் மட்டும் 20 புத்தகங்களாகத் தொகுக்கப் பட்டுள்ளன. அவர் சொல்லும் வெற்றியின் ரகசியம் என்ன தெரியுமா? "ஒரு புத்தகத்தை துணை கொள்" "புத்தக துணை இல்லாமல் இருப்பது காட்டில் நடையாக அலைவது போல; புத்தகத் துணை என்பது யானை மீது அமர்ந்து போவது போல; யானை துதிக்கையால் ஊசியை எடுக்கும், பெரிய மரத்தையும் வீழ்த்தும்; அதன் முதுகின் மேலிருந்து எல்லாவற்றையும் காணலாம்" இதைத் தான் நான் செய்தேன் என்றார் சர்ச்சில்.

எட்டையபுரம் மகாராஜாவுடன் சென்னை பயணம் மேற் கொண்ட பாரதியார் 'செல்லம்மா வரும் போது உனக்குத் தேவை யான சாமான்கள் வாங்கி வருகிறேன்' என்று மனைவிடம் சொல்லிச் சென்றவர், மகாராஜா கொடுத்த பணத்தில் மூட்டை மூட்டையாகப் புத்தகங்களை வாங்கி வந்துவிட்டார். ஏமாற்றம் அடைந்த மனைவி யிடம் 'செல்லம்மா அழியும் பொருளைக் கொடுத்து அழியாத செல்வத்தைக் கொண்டு வந்துள்ளேன்' என்றார். என்ன தீர்க்கமான சொல் அது!

'வீடுகளை அழி அவன் அடையாளம் இல்லாமல் போகட்டும்; பள்ளிக்கூடங்களை அழி அவன் பண்பாடு இல்லாமல் போகட்டும்; நூலகங்களை அழி அவன் வரலாறே இல்லாமல் போகட்டும்' என்று ஒரு வழக்கு உள்ளது. நம் வரலாற்றை நாம் காக்கவும் புது வரலாறு படைக்கவும் புத்தகங்களே ஆதாரம். புத்தகங்கள் நமக்கு புதிய சிறகுகளைத் தருகிறது.

தினத்தந்தி
23.4.2018

உலகில் ஒளிரும் உன்னதங்கள்...

இந்த பூமியில் வாழும் ஒவ்வொரு மனித இனக் குழுக்களும் தங்களின் வாழ்நிலங்களை, வளங்களை, வாழும் சூழலை, தங்களின் ஆக்கங்களை, அழகியலை தனித்துவப் படுத்தவும் முதன்மைப்படுத்தவும் விரும்புகின்றன. அதன் தொன்மை, தொடர்ச்சி, பாரம்பரியச் சிறப்பு என்ற தேடலில் நாம் கண்டடைவது அந்த ஆக்கத்தின் தனித் துவத்தை மட்டுமல்ல மனித குலத்திற்கே அது தரும் ஊக்கத்தையும் தான். அந்த ஊக்கமும் அதனால் உந்தப் படும் உணர்வும் உள் ஒளியும் தான் அது எல்லைகளைக் கடந்து ஒட்டுமொத்த மனித குலத்திற்கே பொதுவானது என்ற உன்னதத்தைப் பெற்றுவிடுகிறது!

உலகின் தலைசிறந்த பாரம்பரியக் களங்களான காடு, மலை, ஏரி, பாலைவனம், நினைவுச் சின்னம், கட்டிடம், கலைக்கூடம், நகரம் போன்றவற்றில், தொன்மைக் காலத் தில் இருந்து இன்று வரைத் தனித்துவமாக, மரபின் தொடர்ச்சியாகத் திகழ்ந்து, வருங்காலச் சந்ததியினருக்கு 'பொக்கிஷமாக' மீள வழங்கும் உன்னதங்களை அடை யாளம் கண்டு, அங்கீகரிக்கும் பொறுப்பினை ஐக்கிய நாடுகள், கல்வி அறிவியல் பண்பாட்டு நிறுவனம் United Nation Education, Scientific and Cultural Organization - UNESCO (யுனெஸ்கோ) ஏற்றுள்ளது. உலக அளவில் இதற்கான ஆவணத்தினை 1972இல் உருவாக்கியது. உலகில் உள்ள பல நாடுகள் இத்திட்டத்தினை ஏற்று இதில் இணைந் துள்ளன.

உலகின் தனித்துவமான, சிறப்புவாய்ந்த பாரம்பரியக் களங்களைத் தெரிவு செய்வதற்காக இந்தியா உள்ளிட்ட 21 நாடுகளின் பிரதிநிதிகள் அடங்கிய குழுவை 'யுனெஸ்கோ' அமைத்துள்ளது.

கடந்த 2007 டிசம்பர் மாத நிலவரப்படி உலகில் உள்ள 195 நாடுகளில், 167 நாடுகளைச் சார்ந்த 1,073 உலகப் பாரம்பரியக் களங்களின் பட்டியல் வெளியிடப்பட்டுள்ளது. இவற்றில் 832 பண்பாடு தொடர்பானவை, 206 இயற்கை சார்ந்தவை, 35 கலப்பு களங்கள். இதில் இந்தியாவைச் சேர்ந்தவை 36, இவற்றில் தமிழ் நாட்டில் இருந்து மற்ற மாநிலங்களைவிட அதிகப்படியாக நான்கு களங்கள் இடம் பெற்றுள்ளன.

உலக அளவில் அதிக அளவிலான பாரம்பரியக் களங்களைக் கொண்ட நாடு என்ற பெருமையை இத்தாலி பெறுகிறது. அங்கு 53 களங்கள் உள்ளன. இரண்டாவது இடத்தில் சீனா 52 களங்கள், மூன்றாவது இடம் ஸ்பெயின் 46 களங்கள். இந்தியா ஏழாவது இடத்தில் உள்ளது.

இந்தக் களங்களை உலகின் தலை சிறந்த சொத்துகளாகக் கருதி, உலக அளவில் தனிகவனப்படுத்தி, போற்றிப் பாதுகாப்பது என்றும், போர்க் காலங்களிலும் கூட இவற்றிற்கு எந்தச் சேதமும் ஏற்படுத்தக் கூடாது என்றும் உலக நாடுகள் உடன்படிக்கை செய்து கையொப்பமிட்டுள்ளன.

உலகின் பல்வேறு நாடுகளில் உள்ள இயற்கை, பண்டையக் காலங்களில் நிறுவப்பட்டவைகள், சிறப்பு நகரங்கள், ஆக்கங்களை யுனெஸ்கோ ஆராய்ந்து, அடையாளப்படுத்தி அவைகளை உலகப் பாரம்பரியக் களங்களாக அறிவித்தவைகள் தற்போது உலகின் ஒளி விடும் உன்னதங்களாகத் திகழ்கின்றன.

ஆஸ்திரேலியாவில் உள்ள குயின்ஸ்லாந்து கரைக்கு அப்பால் உள்ள 344,400 சதுர மீட்டர் தூரம் 900 தீவுகளில் விரிந்து பரவியிருக்கும் வியக்க வைக்கும் "பெரும் பவளத் திரட்டு", புகழ் பெற்ற 'கடா தேசிய பூங்கா', சீனாவின் 'சீனப் பெருஞ்சுவர்', பழைய கற்காலத்தைச் சார்ந்த 'டாய் மலை' முழுப்பரிணாம வளர்ச்சி அடையாத 'பீங்சிங் மனிதன்' வரலாற்றுக்கு முற்பட்ட காலத்தைச் சார்ந்த 'ஆனை குகை', வியக்க வைக்கும் 'எகிப்தின் பிரமிடுகள்',

இத்தாலியின் தொன்மையான, அழகிய 'ரோம் நகரம்', அங்கு புகழ்பெற்ற 'பிளாரென்சின் வரலாற்று மையம்', பைசா நகரத்து 'சாய்ந்த கோபுரம்', 'நாபொலி துறைமுகம்',

உலக வரலாற்றில் தனியிடம் பெற்றுள்ள ரசியாவின் 'செஞ் சதுக்கம்', 'செயின்ட் பீட்டர்ஸ்பெர்க்', ஈரான் நாட்டின் 'பெர்செ

போலிசு', மெக்ஸிகோ நாட்டில் உள்ள கொலம்பஸுக்கு முற்பட்ட 'இச்ரசன் இட்சா' என்ற தொல்பொருள் களம்.

"ஆயிரம் புத்தர் கற்குகைகள்", 'கிரேக்க கட்டிடக்கலை', இங்கிலாந்தில் உள்ள 'லண்டன் டவர்' மற்றும் 'சிடி ஆப் பாத்' என்று எத்தனையோ அதிசயங்களை, ஆக்கங்களை, உன்னதங்களை இத் திட்டத்தில் அங்கீகரித்து இணைத்து உலகப் பொதுச் சொத்தாகப் போற்றப்படுகின்றன.

இந்தியாவில், பாபர், ஹீமாயூன், அக்பர், ஷாஜகான், ஜகாங்கீர், ஔரங்கசீப் போன்ற பேரரசர்கள் வாழ்ந்த 'ஆக்ரா-கோட்டை'! இங்கு இந்தியாவின் மிகப்பெரிய நிதிக் கருவூலமும், நாணயத் தயாரிப்பிடமும் உள்ளன. இது இந்தியாவில் உள்ள கோட்டைகளிலே தனிச்சிறப்பு பெற்றதாகும். இதேபோன்று இந்திய குடைவரைக் கட்டிடக் கலையின் முன்னோடியாகத் திகழும் 'எல்லோரா குகைகள்',

மகாராஷ்டிரா மாநிலத்தில் உள்ள கி.மு. 2 ஆம் நூற்றாண்டைச் சார்ந்த 'அஜந்தா குகைகள்', மத்தியப் பிரதேசம் சாஞ்சியில் கி.மு. 3ஆம் நூற்றாண்டில் அசோகரால் உருவாக்கப் பெற்ற 'பெரியதூபி', பௌத்த நினைவுச் சின்னங்கள், இந்து முஸ்லீம் கட்டிடக்கலைக்கு எடுத்துக்காட்டாகத் திகழும் 'குஜராத் சம்பனேர் - பாவாகேத் தொல்லியல் பூங்கா.

மும்பையின் பரபரப்பான இரயில் நிலையமான 'சத்ரபதி சிவாஜி முனையம்', சாளுக்கியர் கால 'எலிபண்டா குகைகள்'

புதுடில்லியில், பாரசீக கட்டிடக் கலை நுட்பங்களைக் கொண்டு சிகப்பு மணற்கற்களைப் பயன்படுத்தி, பல கட்டிடங்களின் தொகுப்பாக உள்ள 'ஹுமாயூனின் சமாதிக் கட்டிடம்'. அழியும் நிலையில் உள்ள சைபீரியக் கொக்குகள் உட்பட 300க்கும் மேற்பட்ட அரிய வகை பறவைகளின் சரணாலயமாகத் திகழும் 'பரத்பூர் தேசியப் பூங்கா'!

இந்திய அதிசயங்கள் என்று குறிப்பிடப்படும் "கஜுராஹோ", இங்கு அதிக அளவில் இந்து மற்றும் சமணக் கோயில்கள் உள்ளன. இந்தியாவின் முதல் முஸ்லீம் அரசனான குத்புதின்ஐபக்கால் 1193 இல் கட்டப்பட்ட உலகிலேயே உயர்ந்த (237.8 அடி) தூபியான 'குதுப்மினார்', உலக மக்கள் காதல் சின்னமாகப் போற்றப்படும் 'தாஜ்மகால்'!

மத்தியப் பிரதேசத்தில் உள்ள 'பீம்பேட்கா பாறை' இது வரலாற்றுக்கு முந்தைய மனித தடயங்களை அறிய உதவியது.

இங்கு 30 ஆயிரம் ஆண்டு தொன்மைவாய்ந்த 'பாறை ஓவியங்கள்' கண்டறியப்பட்டுள்ளன.

ஒடிசா மாநிலத்தில் உள்ள கொனார்க்கில் உள்ள 'சூரியக் கோவில்' இது கருப்பு, கிரானெட் கற்களாலும் சிவப்புப் பாறைகளாலும் கட்டப்பட்டது.

குஜராத்தில் இராணி உதயமதி உருவாக்கிய 'இராணி படிக் கிணறு', பீகார் மாநிலத்தில் புத்தர் ஞானம் பெற்ற 'மகாபோதி கோயில்' - புத்தகயா இதுதான் உலகம் முழுவதுவும் உள்ள புத்த சமயத்தினருக்கான புனித தலமாகத் திகழ்கிறது!

முகலாயப் பேரரசர் அக்பரால் கி.பி. 1570-இல் உருவாக்கப்பட்டு, அப்பேரரசின் தலைநகராகத் திகழ்ந்த 'பத்தேப்பூர் சிக்ரி', துங்கப் பத்திரை நதிக்கரையில் விஜயநகரப் பேரரசின் தலைநகரமான 'ஹம்மி', இந்தப் பேரரசிடம் சுமார் 2 மில்லியன் வீரர்களைக் கொண்ட மிகப் பெரிய படை இருந்துள்ளது.

600 ஆண்டுகளுக்கு முன்பு அகமதுஷா என்பவரால் உருவாக் கப்பட்ட 'அகமதாபாத்' நகரம். இந்த நகரில் 26 வகையான பழமை யான கலை நயமிக்க கட்டிடங்கள், நூற்றுக்கணக்கான கலை அழகு கொண்ட கோட்டை நகரம் எனப் புகழப்படுகிறது. இந்த நகரங்கள் பாரீஸ், கெய்ரோ, எடின்பர் போன்ற உலகப் பாரம்பரிய நகரங் களின் வரிசையில் சேர்க்கப்பட்டுள்ளன.

இதே போன்று இந்தியாவில் உள்ள நான்கு மலை ரயில் பாதை களும் இந்தப் பாரம்பரியச் சிறப்பிடத்தில் இடம்பெற்றுள்ளன. வட இந்தியாவில் உள்ள டார்ஜலிங், கல்கா, சிம்லா இவை மூன் றும் இமயமலைப் பகுதியில் உள்ளன. இவற்றோடு தமிழ்நாட்டில் உள்ள உதகை மேட்டுப்பாளையம் ஒரே பற்சட்ட இருப்புபாதையும் இணைக்கின்றது.

முதலாம் குப்தப் பேரரசர் குமாரகுப்தன் ஆட்சிக் காலத்தில் (415-455) தோற்றுவிக்கப்பட்ட உலகின் முதல் பல்கலைக்கழகம் என்ற சிறப்பைப் பெற்ற 'நாளந்தா பல்கலைக்கழகமும்' இந்த சிறப்பில் சேர்ந்துள்ளது.

தமிழ்நாட்டைப் பொறுத்தவரை மிகப் பழமையான பாரம் பரியச் சிறப்பும், பண்பாட்டுச் செழுமையையும் கொண்ட கோயில் கள், வளங்கள் எத்தனையோ இருப்பினும் அவை முறையாகப் பராமரித்து, பாதுகாக்கப்பட்டு, போற்றப்படாத நிலையில் நான்கு களங்களை மட்டும் யுனெஸ்கோ தேர்வு செய்துள்ளது, என்றாலும் மற்ற மாநிலங்களோடு ஒப்பிடுகையில் இது அதிகம். அந்த வகையில்

பல்லவர்களால் கட்டப்பட்ட மாமல்லபுரத்தின் மரபுக் கோயில்களும், சோழர்களால் கட்டப்பட்ட "அழியாத சோழர் பெருங் கோயில்களும்" "நீலகிரி மலைப்பாதையும்", "மேற்குத் தொடர்ச்சி மலையும்" உலகப் பாரம்பரியக் களங்களில் இணைக்கப்பட்டுள்ளன.

மாமல்லபுரம் "மரபுக் கோயில்கள்" அனைத்துமே பல்லவர்களால் உருவாக்கப்பட்டவை. இவை கோரமண்டல் கரையில் 7ஆம் நூற்றாண்டில் உருவாக்கப்பட்டவை. 2000 வருடம் தொன்மை வாய்ந்தவை. தமிழ்நாட்டில் முதன் முதலில் செதுக்கப்பட்ட கற்களைக்கொண்டு, ஒன்றன் மீது ஒன்றாக அடுக்கிக் கட்டப்பட்ட கட்டுமானக் கலையில் உருவாக்கப்பட்டவை. இதில் இரதக் கோயில், குகைக்கோயில்கள், கங்கை மரபு வழிச் சின்னங்கள், கடற்கரைக் கோயிலும் அடங்கும்.

'அழியாச் சோழர் பெருங்கோயில்கள்', இது தஞ்சை பிரகதீஸ்வரர் கோயில், கங்கை கொண்ட சோழபுரம் மற்றும் தாராசுரத்தில் உள்ள ஐராவதேஸ்வர் கோவிலை உள்ளடக்கிய தொகுப்பாகும். இதில் பிரகதீஸ்வரர் கோயில் ஆயிரம் ஆண்டு பழமை மிக்கது. கங்கை கொண்ட சோழபுரம் இராசேந்திர சோழன் 1019 இல் கங்கை வரைப் படையெடுத்துச் சென்று வெற்றி கொண்டதின் நினைவாக உருவாக்கப்பட்டது. இவைகள் தற்போது உலகின் தலைசிறந்த கலைப் படைப்புகளோடு இணைகிறது.

12ஆம் நூற்றாண்டில் கட்டப்பட்ட ஐராவதேஸ்வரர் கோயிலை "சிற்பிகளின் கனவு" என உலகமே கொண்டாடுகிறது. திராவிட பாணிக் கட்டிடக் கலையில் உருவாக்கப்பட்ட இக் கோயில் அழகிய நுட்பம் கொண்ட சிற்பங்கள், தூண்கள், கலை வேலைப்பாடுகளால் ஆனது. இசை ஒலி எழுப்பும் படிகள் இங்கு புகழ்பெற்றவை.

உலகில் பல்லுயிர் வளமிக்க எட்டு இடங்களில் "மேற்குத் தொடர்ச்சி மலை"யும் ஒன்றாகும். இது அரபிக் கடலுக்கு இணையாக அமைந்துள்ளது. இங்கு 5,000 வகைப்பூக்கள், 139 வகைத் தாவரங்கள், 508 பறவை வகைகள், 176 இருவாழ் உயிரினங்கள் உள்ளன.

இத்துடன் காவேரிக் கரைக்கும் கொள்ளிடக் கரைக்கும் நடுவே அமைந்துள்ள வைணவத் தலமான ஸ்ரீரங்கம் ரங்கநாதர் ஆலயம் தொன்மைச் சிறப்பு, சிறந்த கட்டுமான அமைப்பு, பழமை மாறாத புனரமைப்பு இவற்றிற்காக 'யுனெஸ்கோ'வின் சிறப்பு விருதினைப் பெற்றுள்ளது.

இந்த உலகப் பாரம்பரியச் சிறப்புமிக்க களங்களைப் பற்றிய புரிதலும், உரிய விழிப்புணர்வும் தற்போதைய முதல் தேவை.

குறிப்பாக மாணாக்கர்களுக்கும், இளம் தலைமுறையினருக்கும் இது குறித்த புரிதலையும், பெருமிதத்தினையும் ஏற்படுத்த வேண்டும். இரண்டாவதாக இவற்றை முறையாகப் பராமரித்துப் பாதுகாக்கப்பட வேண்டும். இல்லாவிட்டால் 'யுனெஸ்கோவின் உலகப் பாரம்பரிய களம்' என்ற சிறப்பை இவைகள் இழக்க நேரிடும். ஆக்கிரமிப்பு, சிலை திருட்டு, சிலைகள் சிதைப்பு, முறையாகத் திட்டமிடாத, உரிய உயரிய தொழில் நுட்பங்களைப் பயன்படுத்தாத திருப்பணிகள் - தவறான புனரமைப்பு, சுற்றுச்சூழல் கேடு ஆகியவற்றால் உலகச் சிறப்பு என்ற உன்னதத்தினை நாம் இழந்துவிடாமல் காப்பது நம் அனைவரின் உரிமை. அதே சமயம் அடுத்த தலைமுறைக்கு இந்த மரபுரிமையை மீளத்தருவது நம் கடமை!

தினத்தந்தி
25.2.2018

ஏறுதழுவுதல் : தமிழரின் வீரவிளையாட்டு

"ஏறு தழுவுதல்" என்பது இடையர், யாதவர் என்ற தொன்மையான ஆயர்குடிகளின் மரபுவழி வீரவிளையாட்டாகும். 'ஏறு' என்பது காளை மாட்டைக் குறிக்கும். பண்டைக்கால ஐந்திணை நிலங்களுள் ஒன்றான முல்லை நிலத்து ஆயர் இன மக்களிடம் காளையை அடக்கும் வீரனை மணமகனாகத் தேர்வு செய்யும் முறை இருந்தது. பின்னர் திருமணம் ஆன ஆடவர்களும் வேறு சமூகத்தைச் சார்ந்தவர்களும் இந்த ஏறு தழுவுதலில் பங்கேற்றதினால் இம் மரபு காலப்போக்கில் பல்வேறு திணை மக்களின் வீர விளையாட்டாக மாற்றம் கண்டது.

சங்க இலக்கியமான கலித்தொகை 'கொல்லேற்றுக் கோடஞ்சுவானை மறுமையும், புல்லாளே ஆய மகள்' என்கிறது. காளையை அடக்கத் துணிவு இல்லாதவனை ஒரு பெண் மறுபிறப்பிலும் அவனைத் தொடுவதற்குக்கூட விரும்ப மாட்டாள்.

'ஏறு தழுவுதல்' நான்காயிரம் ஆண்டுகளுக்கு முன்னரே, சிந்துவெளி நாகரிக காலத்திலேயே வழக்கில் இருந்துள்ளது. 1930இல் மொகஞ்சதாரோவில் கண்டெடுக்கப் பட்ட சிந்துவெளி நாகரிகம் சார்ந்த முத்திரை ஒன்றில் காளையை அடக்கும் வீரனின் உருவம் பொறிக்கப் பட்டுள்ளது இதற்கான சான்றாகும்.

பழந்தமிழ் நூலான கலித்தொகையிலுள்ள முல்லைக் கலியில் இடம்பெற்றுள்ள பாடல்களில் ஏறுதழுவுதல்

சிறப்பாகக் குறிப்பிடப்பட்டுள்ளது. மலைபடுகடாம், பட்டினப் பாலை, சிலப்பதிகாரம் ஆகிய இலக்கியங்களிலும் 'ஏறுதழுவுதல்' பற்றிய குறிப்புகள் உள்ளன.

கூரிய கொம்புகளுடனும், பருத்த திமில்களுடனும் கொல்லும் வலிமை கொண்ட காளையைத் தழுவிப் போரிட்டு அடக்குவதால் இதற்கு 'கொல்லேறு தழுவுதல்' என்னும் பெயர் வந்துள்ளது. வீரத்தின் அடையாளமாகவும் வேட்டையிலும், போரிலும் விலங்கு களை அடக்கும் பயிற்சியாகவும் இது கருதப்பட்டது.

பண்டைக் காலத்தில் மண் தான் அசையா சொத்து; மாடு அசையும் சொத்து; எதிரியின் இடத்திற்குச் சென்று ஆநிரைகளை (மாட்டு மந்தையை) கவர்ந்து செல்வதும், அதனை மீட்கப் போரிடு வதும் வழக்கம். ஆறலைக் கள்வர்களும், அரண்மனை வீரர்களும், மறவர்களும் இக்கலையில் பயிற்சி பெற்றிருந்தனர் என்றாலும், முல்லை நிலத்தவரைத் தவிர வேறு எந்த நிலத்தவரிடமும் ஏறு தழுவுதல் நிகழ்ந்ததாகக் குறிப்புகள் காணப்படவில்லை.

'ஏறுதழுவுதல்' நடக்கும் இடத்திற்கு 'தொழூஉ' அதாவது 'தொழுவம்' என்று பெயர். முன்னதாகவே 'ஏறுதழுவுதல்' நடப் பதற்கான பறையறிவிப்பு செய்யப்படும். ஏறுதழுவப் போகும் ஏந்தல் (இளைஞர்) தன் சுற்றத்தாருக்குச் சொல்லி அனுப்புவான். 'ஏறுதழுவுதல்' நிகழ்ச்சிக்கு முதல்நாள் இரவு மகளிரும் மைந்தரும் சேர்ந்து 'குரவை' ஆடுவார்கள்.

காளைகளை அடக்க ஆயர்கள் பிடவம் பூ, செங்காந்தள் பூ, காயாம் பூ, முல்லை, குருந்து, வெட்சி, தளவம் முதலான மாலை களை சூடி அணிவகுத்து நிற்பர். 'இந்தக் காளையை அடக்குபவனுக்கு இவள் உரியவள்' என அறிவிக்கப்படும். ஆடவர்கள் துறை (இந்திரன்), ஆலம் (சிவன்), மராஅம் (முருகன்) ஆகியவற்றை வணங்கிய பின்னர்தான் தொழுவுக்கு ஏறுதழுவச் செல்லுதல் வழக்கம்.

கொம்பைப் பிடித்து அழுத்துதல், கழுத்தைப் பிடித்து தொங் கல், கழுத்தைத் திருகுதல், திமில் என்னும் கொட்டேறியைத் தழுவு தல், தோளில் ஏறல், நெருங்கிப் பிடித்தல் முதலானவையே காளையை அடக்கும் உத்திகள். 'காளையின் கொம்பைப் பிடித்தால் ஆண்மை, வாலைப் பிடித்தால் தாழ்மை' என்பது நெறியாக இருந்தது. காதல் என்பதே வீரத்தோடு தொடர்புடையதாக இருந் துள்ளது.

பண்டைக் காலத்தில் ஆயர்களின் திருமணம் தொடர்பானதாக இருந்த 'ஏறுதழுவுதல்' கால மாற்றத்தில் 'மஞ்சுவிரட்டு', 'சல்லிக் கட்டு' என வீரவிளையாட்டாக மாற்றம் கொண்டது.

வட தமிழகத்தில் 'மஞ்சுவிரட்டு' என்ற பெயரில் 20 அடி நீளக் கயிற்றால் காளையைக் கட்டி இருபுறமும் காளையை இழுத்துப் பிடிக்க, ஒருசிலர் மட்டும் காளையின் முன்னே நின்று கொம்பில் கட்டப்பட்டுள்ள பரிசுப் பொருட்களை எடுக்க முயற்சிக் கின்றனர்.

'சல்லிக்கட்டு' என்பதிலுள்ள 'சல்லி' என்பது மாட்டின் கழுத் தில் கட்டப்படும் வளையத்தைக் குறிக்கும். இப்போதும்கூட புளியங்கம்பினால் வளையம் செய்து, காளையின் கழுத்தில் அணி யும் வழக்கம் உள்ளது. 'சல்லிக்காசு' அதாவது நாணயத்தினை மஞ் சள் துணியில் வைத்து மாட்டின் கொம்பில் கட்டிவிடும் வழக்கம் இருந்தது. மாட்டினை அணையும் வீரருக்கு அந்தப் பண முடிப்பு சொந்தமாகிவிடும்.

தற்காலங்களில் 'சல்லிக்கட்டு' தமிழ்நாட்டில் 'தை' மாதம் பொங்கல் விழாவின் ஒரு அங்கமாக மாதம் முழுவதும் ஒவ்வொரு பகுதிகளிலும் ஒவ்வொரு விதமாக நடைபெற்று வருகிறது. மதுரை மாவட்டத்திலுள்ள அலங்காநல்லூர், பாலமேடு, அவனியாபுரம், தேனி மாவட்டத்திலுள்ள சின்னமனூர், பாலார்பட்டி, புதுக் கோட்டை மாவட்டத்தில் நார்த்தாமலை, திருவண்ணாமலை மாவட்டத்தில் ஆதமங்கலம், சிவகங்கை மாவட்டத்தில் சிராவயல் ஆகிய பகுதிகளில் 'சல்லிக்கட்டு' நிகழ்ச்சிகள் நடைபெற்று வரு கின்றன. இவற்றில் உலகப் புகழ்பெற்றது அலங்காநல்லூர் சல்லிக் கட்டு! வாடிவாசல் வழியாக வெளியேறும் காளைகளை அடக்கு பவர்களுக்கு 'தங்கநாணயம்', பாத்திரங்கள், வீட்டு உபயோகப் பொருட்கள், வேட்டி துண்டுகள் போன்ற பரிசுப் பொருட்கள் வழங்கப்படுகின்றன.

சல்லிக்கட்டுக்காகவே காளைகளைத் தனியாக வளர்த்து பயிற்சியளிக்கப்படுகிறது; அக் காளைகள் வேறு எதற்கும் பயன் படுத்தப்படுவதில்லை. சல்லிக்கட்டு காளைகளை வளர்ப்பவர்கள் முழுக் கவனத்தோடு, அர்ப்பணிப்பு உணர்வோடு அக்காளைகளோடு ஒரு பிணைப்பினை ஏற்படுத்திக் கொள்கின்றனர். அதனோடு இணைந்ததாகவே தங்கள் வாழ்வை அமைத்துக்கொள்கின்றனர். ஊர்ப்புறங்களில் கோவிலுக்கு 'நேர்ந்து'விடும் கோவில் காளைகளே சல்லிக்கட்டுக்குப் பயன்படுத்தப்படுகின்றன.

இதேபோன்று ஸ்பெயின், போர்ச்சுக்கல், மெக்சிகோ போன்ற நாடுகளில் நடைபெறும் 'காளைச் சண்டை' பொழுதுபோக்கு விளையாட்டாக இருப்பினும் அது சல்லிக்கட்டு விளையாட்டிலிருந்து வேறுபட்டதாகும்.

ஏறுதழுவுதல் சல்லிக்கட்டு என்பது ஒரு மரபு சார்ந்த விளை யாட்டாகவும், பண்பாட்டின் அடையாளமாகவும், தைப் பொங்கல் விழாக்களின் ஒரு அங்கமாகவும் போற்றப்பட்டு வந்த நிலையில்,

சல்லிக்கட்டு போட்டிகளில் விலங்குகள் துன்புறுத்தப் படுவதாக விலங்குகள் நல அமைப்புகள் குறிப்பாக “புளூகிராஸ்” மற்றும் “பீட்டா” போன்ற அமைப்புகள் சல்லிக் கட்டுக்கு எதிராக நீதி மன்றத்தில் தடை கோரின. இதன் காரணமாக 2007இல் இருந்தே ஒவ்வொரு ஆண்டும் சல்லிக்கட்டு ஆதரவாளர்களும் எதிர்ப் பாளர்களும் நீதிமன்றத்தினை நாடும் சூழல் ஏற்பட்டுள்ளது.

‘விலங்குகளைக் காப்பது’ என்பதனை எதிர்ப்பாளர்கள் முன் வைத்தாலும் அதற்கு பின்னால் மிகப் பெரிய பன்னாட்டு அரசியல் இருப்பதாகவும் கருதப்படுகிறது; ‘மாட்டிறைச்சி சந்தைக்கு எதிராக சல்லிக்கட்டு உள்ளது என்றும், நாட்டு மாடுகளுக்கு வெளிநாடுகளில் நல்ல சந்தை மதிப்பு இருக்கிறது, சல்லிக்கட்டுக்கு தடை வந்தால் அதன் விளைவாக நாட்டு மாடுகள் சந்தைக்கு வரும் சூழ்நிலை உருவாக்கப்படும்.’ என்றும் கருதப்படுகிறது.

உலக உணவு, விவசாய அமைப்பும், பொருளாதார கூட்ட மைப்பும் இணைந்து வெளியிட்டுள்ள அறிக்கையின்படி 2016இல் இந்தியா 1.56 மில்லியன் டன் மாட்டு இறைச்சியை ஏற்றுமதி செய்துள்ளது. 2026க்குள் இது 1.93 மில்லியன் டன் ஆக உயரும் என்றும் கூறியுள்ளது. என்றாலும் எந்தவிதமான மாட்டு இறைச்சி என்று கூறவில்லை. எருமை இறைச்சி அதிக அளவில் ஏற்றுமதியில் இடம்பெற்றுள்ளது. 2016 - 2017இல் 3.76 மில்லியன் மதிப்பிலான எருமை இறைச்சியை இந்தியா ஏற்றுமதி செய்துள்ளது. உலகில் அதிக அளவு மாட்டு இறைச்சி ஏற்றுமதி செய்யும் நாடுகளில் பிரேசில் முதல் இடத்திலும், ஆஸ்திரேலியா இரண்டாவது இடத்திலும், இந்தியா மூன்றாவது இடத்திலும் உள்ளன.

‘சல்லிக்கட்டு’ என்பது ஒரு இனக் குழுவின் தனித்த அடை யாளம்; மரபுவழிப் பண்பாடு. சல்லிக்கட்டு சார்ந்த பழக்க வழக் கங்கள், சடங்குகள், அது தொடர்பான வழக்குகள், உரையாடல்கள், உறவாடல்கள் பண்பாட்டின் வளமையாகக் கருதப்படுகிறது.

மனிதப் பண்பாட்டில் பிற உயிரினங்களின் தாக்கம் இருப் பதைத் தவிர்க்க இயலாது. அந்த வகையில் ‘உயிரினப் பன்மயம்’ என்ற கருத்தாக்கத்தின் அடிப்படையிலேயே ஐக்கிய நாடுகள் சபை சல்லிக்கட்டினை ஆதரிக்கின்றது. சல்லிக்கட்டுக்கு தடை என்பது இன அழிப்பிற்கு இணையானதாகிவிடும். எனவே ‘சல்லிக்கட்டு’ என்பது ‘ஏறுதழுவுதல்’ என்ற மரபுவழியான வீரவிளையாட்டே தவிர, விபரீத விளையாட்டு அல்ல;

தினத்தந்தி
31.12.2017

"குளம்" கொன்று நாடாக்கி...

சென்னை நகருக்குத் தண்ணீர் பிரச்சனை என்பது புதிதல்ல! அது 380 ஆண்டு கால வரலாறு! 1639 ஆம் ஆண்டில் இருந்து இன்றுவரை மதராசின் தண்ணீர்தாகம் தீர்ந்தபாடில்லை! மதராசின் நில அமைப்பும், முறையாகத் திட்டமிடப்படாத அதன் வளர்ச்சி வேகமுமே இதற்குக் காரணம்! மதராசு நகரம் அதனைச் சுற்றியுள்ள கிராமங் களை எல்லாம் தன்னுடன் இணைத்துக் கொண்டுதான் படிப்படியாக விரிவடைந்துள்ளது. 1939 இல் மதராசு நகரம் கடற்கரையோரமாக 9 மைல் நீளமும் 4 மைல் அகலமும் கொண்ட குறுகிய நில அமைப்பினைக் கொண்ட தாகத்தான் இருந்தது. தற்போது விரிவுபடுத்தப்பட்ட சென்னை மாநகரம் 8,878 சதுர கி.மீ. கொண்டதாக உள்ளது. இந்தியப் பெருநகரங்களான மும்பை (4,354 சதுர கி.மீ) ஐதராபாத் (7,100 சதுர கி.மீ) பெங்களூரு (8,005 சதுர கி.மீ) போன்ற பெருநகரங்களைவிட சென் னையின் பரப்பளவு விரிந்துள்ளது. சென்னையின் மக்கள் தொகை தற்போது 91 லட்சத்திற்குமேல் உள்ளது. விரை வில் இது ஒரு கோடியைத் தொட்டுவிடும்! இந்தப் பின் புலத்தில் கடந்தகால வரலாற்றினை அறிகின்ற போதுதான், எதிர்காலத்திற்கான திட்டங்களை, தனி மனிதச் செயல் பாட்டினை எவ்வாறு உருவாக்கிக் கொள்ளவேண்டும் என்பது தெரியவரும்!

"காடு கொன்று நாடாக்கி
குளம் தொட்டு வளம் பெருக்கி.."

என்கிறது பட்டினப்பாலை! காடுகளை அழித்து நாடாக்குகின்ற போது, குளங்களைப் பெருக்கி வளம் காணவேண்டும். என்பதுதான் அதன் பொருள். சென்னைநகர விரிவாக்கத்தில் நேர்ந்தபிழை என்னவென்றால் "காடுகளை" மட்டுமல்ல குளங்களையும் "கொன்று" நாடாக்கிவிட்டோம்!

ஒரு நாட்டின் வளம், அந்த நாட்டின் நீர்வளத்தைப் பொறுத்தே அமையும். பதினெண்கீழ்க்கணக்கு நூல்களில் ஒன்றான "சிறுபஞ் சமூலம்"

"குளங்கொட்டுக் கோடுபதித்து வழிசீத்து
உளந்தொட்(டு) உழுவயல் ஆக்கி வளந்தொட்டுப்
பாகு படுங்கிணற்றோ(டு) என்றிவ்ஐம் பாற்படுவான்
ஏகும் சுவர்க்கத்(து) தினிது.."

"குளம்வெட்டி அதனைச் சுற்றிலும் மரம் நடுபவர்கள் நேரடி யாகச் சொர்க்கத்திற்குப் போவார்கள்" என்பது இதன் பொருள். இதேபோன்று, தாராசுரத்தில் கிடைத்த கல்வெட்டு "கீழ்வேளூர்சபை யார் தன்மம் இதற்கு அஹீதம் செய்தவன் காவிரி குலைகுத்தின பாவங்கொள்வான்" என்று சொல்கிறது, அதாவது நீர்நிலைகளை அழிப்பது கொலைகுற்றமாகக் கருதப்படுகிறது!

இதே போன்று சிலப்பதிகாரத்தில் வரும் சில வரிகளை நாம் கவனிக்க வேண்டும்.

"இடியுடைப் பெருமழை எய்தா ஏகப்
பிழையாவிளையுள் பெருவளம் சுரப்ப
மழைபிணித்(து) ஆண்ட மன்னவன்"

"பெய்யும் மழையை முறையாக ஏரி, குளங்களில் சேமித்து அவற்றைத் தக்க முறையில் பயன்படுத்தி நாட்டை வளம்பெறச் செய்யும் மன்னன்" என்பதுதான் இதன் பொருள். மழைநீரை முறையாகச் சேமிக்கின்ற மன்னனைச் சமூகம் போற்றிச் சிறப்பித்து வந்துள்ளது. இது மட்டுமல்ல மழைநீரைச் சேமித்து வைப்பதற்கு ஏற்ற நீர்நிலைகளை ஏற்படுத்தித் தருவதுதான் ஒரு அரசனின் முதன்மையான கடமையாக நமது பண்டைய தமிழ்ச்சமூகம் கருதி யிருக்கிறது. இதனை ஒரு புறநானூற்றுப் பாடல் விளக்குகிறது.

"நிலன் நெளிமருங்கின் நீர்நிலை பெருகர்
தட்டோரம்ம இவண் தட்டோரே
தள்ளாதோர் இவண் தள்ளாதோரே.."

நிலம் எங்கெங்கு பள்ளமாக இருக்கிறதோ அங்கெல்லாம் நீர் நிலை அமைக்கின்ற மன்னன்தான் அழியாத புகழினைப் பெற்று நிலைபெறுவான், என்பது இதன் பொருள்.

இந்தப் பாரம்பரியப் பண்புகளைப் பாதுகாத்து, அவற்றை அடுத்த தலைமுறைக்கு எடுத்துச் சொல்லத் தவறிவிட்டோம்! 1939 ஆம் ஆண்டில் மதராசு நகரில் ஒரு ஏக்கர் நிலப்பரப்பில் 25 நபர்களே வசித்து வந்துள்ளனர். மதராசின் வளர்ச்சி என்பது தொலைநோக்குப் பார்வை இல்லாதது மட்டுமல்ல, முறையாகத் திட்டமிடப்படாததும் ஆகும்! "சந்தர்ப்பத்தால் வழிகாட்டப்பட்டு, சந்தர்ப்பத்தால் வளர்ந்த ஒரு நகரம்" என்று கல்கத்தாவைப் பற்றி "கிப்ளிங்" என்பவர் கூறிய கருத்து சென்னை நகருக்கும் பொருந்தும்!

இது மட்டுமல்ல! தற்போது சென்னையின் அடையாளச் சின்னங் களாகத் திகழும் பலவும், வளமான குளங்களைக் "கொன்று" எழுப்பப்பட்டவைகள் தாம் என்பதை வரலாறு சொல்கிறது! "நீரின்றி அமையாது உலகு" என்று உலகிற்குச் சொன்ன திருவள்ளு வருக்கு, சென்னையில் நுங்கம்பாக்கம் ஏரியைக் "கொன்று" தான் கோட்டம் எழுப்பியுள்ளோம்! இப்போதும் அந்த வள்ளுவர் கோட்டத்தை ஒட்டிய சாலைக்கு "ஏரிக்கரைச் சாலை" என்றுதான் பெயர்!

சென்னை நகரின் தனித்த அடையாளமாகவும், பொருளாதார மையமாகவும் திகழ்வது "தி.நகர்" என்று சொல்லக் கூடிய தியாக ராயர் நகர். இந்தநகர் மதராசின் மிகப்பெரிய குளமாக இருந்த (The Long Tank) பகுதியை அழித்து உருவாக்கப்பட்டது.

"கோயம்பேடு பேருந்துநிலையம், கோயம்பேடு மார்கெட், மெட்ரோ ரயில்நிலையம்" அமைந்துள்ள இடங்கள் "கோயம்பேடு சுழல்ஏரி" என்ற புகழ்பெற்ற ஏரி இருந்தஇடம்! "வேளச்சேரி ஏரியின்" ஒருபகுதி நூறடி சாலையாகவும், மற்றொரு பகுதி "பீனிக்ஸ் மால்" என்ற வணிகவளாகமாகவும் உருமாறியுள்ளன. 1971 ஆண்டில் வெளியான சென்னை வரைபடத்தில் காணப்பட்ட "வியாசர்பாடி குளம்" தற்போது டாக்டர் அம்பேத்கர் அரசு கலைக் கல்லூரியாகியுள்ளது! தற்போது சென்னை உயர்நீதிமன்றம் அமைந்துள்ள வளாகத்தில் இரண்டு பெரியகுளங்கள் இருந்ததைச் சென்னையின் பழைய வரைபடம் நமக்குக் காட்டுகிறது!

திருவல்லிக்கேணி என்று பெயர்பெற காரணமாக இருந்த திரு+அல்லி+குளம் தற்போது இல்லை. மதராசின் மற்றொரு புகழ்பெற்ற அல்லிக்குளம் "நேரு ஸ்டேடியமாகிவிட்டது!" சென்னை இலயோலா கல்லூரி அமைந்துள்ள இடத்தினை ஒட்டி

மிகப்பெரிய குளம் ஒன்று இருந்ததாக பழைய வரைபடம் காட்டு கிறது! 1970 இல் வெளியான வரைபடத்தில் அடையாற்றினைச் சுற்றிக் காணப்பட்ட "காட்டேரி" தற்போதைய வரைபடத்தில் இல்லை! அங்கு தற்போது "தமிழ்நாடு அறிவியல் தொழில்நுட்ப மையம் உள்ளது!

உலகெங்கிலும் நகர்மயமாதல் தவிர்க்கமுடியாததுதான், அந்த வளர்ச்சி முற்றிலும் இயற்கைக்கு எதிரானதாக அமைந்துவிடக் கூடாது.

1639இல் இருந்தே மதராசு நகரம் தண்ணீர் சிக்கலைச் சந்தித்து வருகிறது. அப்போது மதராசின் மக்கள்தொகை 7000 மட்டுமே. ஆனாலும் கடுமையான குடிதண்ணீர் பிரச்சனை! கோட்டையின் தண்ணீர் பிரச்சனையின் தீவிரத்தைச் சமாளிக்க இராணுவ அதிகாரிகள் சேர்ந்து 1772இல் ஒருதிட்டத்தைத் தயாரித்தார்கள். அதற்கு "ஏழு கிணறுகள் தண்ணீர் திட்டம்" என்று பெயர். அதாவது கோட்டையின் தண்ணீர் தேவையைப் பூர்த்திசெய்ய தற்போது உள்ள ஜார்ஜ் டவுண் பகுதியில் பத்து குடிநீர் கிணறு களைத் தோண்டினார்கள், அதில் ஏழு கிணறுகளில் மட்டுமே தண்ணீர் கிடைத்தது. அதனால்தான் இதற்கு "ஏழு கிணறுத் திட்டம்" என்று பெயர் வந்தது. 1783 முதல் 1787 வரையில் கோட்டைக்கு மட்டுமல்லாது மதராசு நகர் முழுமைக்கும் இந்தக் கிணறுகளில் இருந்து குழாய்மூலம் வீடுகளுக்குத் தண்ணீர் வழங்கப்பட்டது. இதுவே மதராசுநகரின் முதல் குடிநீர்வழங்கல் திட்டமாகும். (தற்போது அந்த ஏழுகிணற்றில் இரண்டு மட்டுமே பயன்பாட்டில் உள்ளன)

"1871-1872 மதராசு நகராட்சி அறிக்கை" மதராசின் தண்ணீர் தேவையைப் பற்றியும் மக்கள் படும் அவதியைப் பற்றியும் விரிவாக விவரிக்கிறது அதில் மதராசின் நகர தரைப் பகுதி மணற்பாங்காக இருப்பதால் அதிகமான தண்ணீரை உறிஞ்சிவிடுவதாகக் கூறுகிறது. கிழக்கிந்தியக் கம்பெனி ஆட்சி அதிகாரத்திற்கு வந்து நூறு ஆண்டு கள் கடந்தும் கூட நகரின் குடிநீர்த் தேவை பூர்த்தி ஆகவில்லை!

1861ஆம் ஆண்டு மதராசுக்கு எட்டு மைலுக்கு அப்பால் உள்ள செங்குன்றம் சோழவரம் ஏரிகளை விரிவுபடுத்தி இணைக்கும் பொறுப்பு பொறியாளர் ஃபிரேஸர் என்பவரிடம் ஒப்படைக்கப் பட்டது. அவர் அளித்தமாற்றுத் திட்டத்தின்படி தான் 1866இல் மதராசு நகருக்கு 20 மைல் தொலைவில் உள்ள கொசஸ்தலையாற்றில் இருந்து தண்ணீர் கொண்டுவரத் திட்டமிடப்பட்டது. இது ஒரு முக்கியமான திட்டமாக இருந்தது. இதே போன்று மற்றொரு

திட்டம் 1909இல் வேலாயுத முதலியார் என்ற மிராசுதாரர் தெரி வித்தது. கொசஸ்தலை ஆற்றில் தாமரைப்பாக்கம் அணைக்கு 19 மைல்கள் முன்னால் நகரி ஆறு சேருமிடத்தில் மற்றொரு அணை கட்டினால் நீர்த் தேக்கம் பலமடங்கு அதிகமாகும் என்பது. இதன் அடிப்படையில்தான் "பூண்டி நீர்த்தேக்கம்" உருவாக்கப்பட்டது! (பூண்டி அணை கட்டுவதற்கு நிலம் வாங்கி, அணை கட்டுவதற்கான மொத்தச் செலவு அப்போது 50 லட்சம்!)

இப்போதும் சென்னை நகருக்கு வெகுதூரம் வெளியில் இருந்துதான் தண்ணீர் கொண்டுவரும் நிலை உள்ளது. தண்ணீர் தட்டுப்பாடு என்றால் என்ன என்பதை ஐ.நா.சபை வரையறை செய்துள்ளது. அதாவது "ஒருவருக்கு வருடத்திற்கு 1,700 கனமீட்டர் களுக்கு மேல் தண்ணீர் கிடைத்தால் அந்த நாட்டில் அறவே தண்ணீர்பிரச்சனை இல்லை, 1700 கனமீட்டரில் இருந்து 1000 கன மீட்டர்கள் கிடைக்கும் நாட்டில் தண்ணீர் தட்டுப்பாடு உள்ளது, 1000 கனமீட்டருக்கு குறைவான இடங்களில் கடுமையான தண்ணீர் தட்டுப்பாடு எனக் கொள்ளவேண்டும்" என்கிறது. அப்படிப் பார்க் கின்றபோது தமிழ்நாட்டில் 750 கனமீட்டருக்குக் குறைவான அளவே தண்ணீர் கிடைக்கிறது!

மக்கள் தொகைப் பெருக்கம், நகர்மயமாதல், நீர் நிலைகளை முறையாக மேலாண்மை செய்யாமை, பருவநிலை மாற்றம் போன்ற வற்றால் 500 கோடிப் பேர் தண்ணீர் கிடைக்காத இடங்களில் வாழநேரிடும் என யுனெஸ்கோவின் "தண்ணீர் குறித்த முன்னேற்ற அறிக்கை 2018" கூறுகிறது. இது தமிழகத்திற்கு குறிப்பாக சென்னை நகருக்கு விடும் எச்சரிக்கை என்றே எடுத்துக்கொண்டு, அதற்கு ஏற்பத் திட்டமிட வேண்டும்!

2.10.2019